எல்லைக்கு ஒரு பயணம்

Border Tour

தமிழக மாணவர்களின் எல்லைப் பயண அனுபவ நூல்

எல்லைப் பயண மாணவர்கள் குழு

Ellaikku Oru Payanam

Thamizhaga Ellai Payana Manavargal Kuzhu
First Published: March, 2023

Published by
BHARATHI PUTHAKALAYAM

7, Elango Salai, Teynampet, Chennai - 600 018
Email: bharathiputhakalayam@gmail.com / www.thamizhbooks.com

எல்லைக்கு ஒரு பயணம்

தமிழக எல்லைப் பயண மாணவர்கள் குழு

முதல் பதிப்பு: மார்ச், 2023

வெளியீடு:

7, இளங்கோ சாலை, தேனாம்பேட்டை, சென்னை - 600 018.

தொலைபேசி : 044-24332424, 24330024 | விற்பனை: 24332924.

© தியாகம் போற்றுவோம் அமைப்பு

விற்பனை நிலையங்கள்

அருப்புக்கோட்டை: கதவுஎண் 49 A/4 மெயின் ரோடு, தெற்கு தெரு - 9994173551
ஈரோடு: 39: 39 ஸ்டேட் பாங்க் சாலை - 9245448353
கரூர்: நாரத கானசபா அருகில் (TNGEA OFFICE)- 9442706676
காரைக்குடி: 12, 2 வது தெரு, கம்பன் மணிமண்டபம் பின்புறம் - 9443406150
கும்பகோணம்: 352, ரயில் நிலையம் எதிரில் - 9443995061
குன்னூர்: N.K.N வணிக வளாகம் பெட்போர்ட்
கோவை: 77, மசக்காளிபாளையம் ரோடு, பீளமேடு - 8903707294
சிதம்பரம்: 22A / 18B தேரடி கடைத் தெரு, கீழவீதி அருகில் - 9994399347
செங்கல்பட்டு: 1 D ஜி.எஸ்.டி சாலை - 044 27426964
சேலம்: 15, வித்யாலயா சாலை சாலை
தஞ்சாவூர்: காந்திஜி வணிக வளாகம் காந்திஜி சாலை - 9655542400
திண்டுக்கல்: பேருந்து நிலையம் - 9942331105, 9976053719
திருச்சி: வெண்மணி இல்லம், கரூர் புறவழிச்சாலை - 9994289492
திருநெல்வேலி: 25A, ராஜேந்திரநகர் - 9442149981
திருப்பூர்: 447, அவினாசி சாலை - 9486105018
திருவண்ணாமலை: முத்தம்மாள் நகர் | **திருவல்லிக்கேணி:** 48, தேரடி தெரு - 9444428358
திருவாரூர்: 35, நேதாஜி சாலை - 9442540543
நாகர்கோவில்: 699 கே.பி.ரோடு R.V.புரம் - 9443450111
நெய்வேலி: பேருந்து நிலையம் அருகில், - 9443659147
பழனி: பேருந்து நிலையம் அருகில் - 7010760693
பாண்டிச்சேரி : கிழக்கு கடற்கரைச்சாலை, இலாசுப்பேட்டை, 9486102777
பெரம்பூர்: 52, கூக்ஸ் ரோடு - 9444373716
மதுரை: 37A, பெரியார் பேருந்து நிலையம் - 045 22324674 | **மதுரை:** சர்வோதயா மெயின்ரோடு
வடபழனி: பேருந்து நிலையம் எதிரில் அடையார் ஆனந்தபவன் மாடியில் - 9444476967
விருதுநகர்: 131, கச்சேரி சாலை - 0456 2245300 | **வேலூர்:** பேஸ் III, சத்துவாச்சாரி - 9442553893

நினைத்த நூல்கள்... நினைத்த நேரத்தில்...   BharathiTV | www.bookday.in

thamizhbooks.com   8778073949

அச்சு : பிரிண்டெக், சென்னை - 600 005.

தியாகம் போற்றுவோம்

தியாகம் போற்றுவோம்
BORDER TOUR
எல்லைக்கு ஒரு பயணம்
போர் நினைவிடங்கள், அட்டாரி-வாகா
மற்றும் உசைனிவாலா
உள்ளிட்ட எல்லைப் பகுதிகளுக்கு
தமிழக மாணவர்களின் பயணம்
வந்தே மாதரம்!   ஜெய்ஹிந்த்!

எல்லைப் பயண மாணவர்கள் விவரம்

த.சூரீராம்,
பன்னிரண்டாம் வகுப்பு,
அரசு மேல்நிலைப்பள்ளி,
மேற்கு மாம்பலம்,
சென்னை மாவட்டம்.

த. கோகுல் கிருஷ்ணன்,
ஒன்பதாம் வகுப்பு,
அரசு உயர்நிலைப்பள்ளி,
கதிர்வேடு,
திருவள்ளூர் மாவட்டம்.

நா. அப்துல் ரஹ்மான்,
பத்தாம் வகுப்பு,
நகராட்சி மேல்நிலைப்பள்ளி,
ஜமீன் பல்லாவரம்,
செங்கல்பட்டு மாவட்டம்.

கு. சதீஷ்,
கல்லூரி முதலாம் ஆண்டு,
பச்சையப்பன் ஆடவர் கல்லூரி,
காஞ்சிபுரம் மாவட்டம்.

பி. ஹரிகிருஷ்ணன்,
பன்னிரண்டாம் வகுப்பு,
சென்னை ஆண்கள் மேல்நிலைப்பள்ளி,
சைதாப்பேட்டை,
சென்னை மாவட்டம்.

ச. தினேஷ்,
பன்னிரண்டாம் வகுப்பு,
பெருநகர சென்னை மேல்நிலைப்
பள்ளி,சுப்பராயன் தெரு,
சென்னை மாவட்டம்.

எல்லைப் பயண மாணவர்கள் விவரம்

மு. நித்திஷ்,
பதினொன்றாம் வகுப்பு,
நகராட்சி மேல்நிலைப்பள்ளி,
ஜமீன் பல்லாவரம்,
செங்கல்பட்டு மாவட்டம்.

ர. மாரீஸ்வரன்,
பத்தாம் வகுப்பு,
அரசு மேல்நிலைப்பள்ளி,
நாரணாபுரம்,
விருதுநகர் மாவட்டம்

ஜோ. சுபாஷ்,
பன்னிரண்டாம் வகுப்பு,
அரசினர் மாதிரி மேல்நிலைப்பள்ளி,
முகப்பேர் மேற்கு,
திருவள்ளூர் மாவட்டம்.

த. கபிலன்,
எட்டாம் வகுப்பு,
அரசு உயர்நிலைப்பள்ளி,
முகலிவாக்கம்,
காஞ்சிபுரம் மாவட்டம்.

ரா. லோகேஷ்,
பன்னிரண்டாம் வகுப்பு,
ஸ்ரீ நாராயண குரு
மேல்நிலைப்பள்ளி,
காஞ்சிபுரம் மாவட்டம்.

மு. நரேன்,
பதினொன்றாம் வகுப்பு,
பெருநகர சென்னை
மேல்நிலைப்பள்ளி,
சுப்பராயன் தெரு,
சென்னை மாவட்டம்

செ. தனஞ்ஜெயன்,
ஒன்பதாம் வகுப்பு,
காமராஜர் மேல்நிலைப்பள்ளி,
சிவகாசி,
விருதுநகர் மாவட்டம்.

அன்பில் மகேஸ் பொய்யாமொழி
பள்ளிக் கல்வித் துறை அமைச்சர்

தலைமைச் செயலகம்
சென்னை 600009

வாழ்த்துச் செய்தி

அகிம்சை என்பதைத் தவிர வேறு எதையும் சிந்திக்காத மகாத்மா, விடுதலை வேட்கைத் தீயைத் தூண்டிய பாரதியார், கப்பலோட்டிய தமிழன் வ.உ.சிதம்பரனார், உரிமைக்குரல் எழுப்பிய பகத்சிங், கொடிகாத்த குமரன் மற்றும் இந்திய விடுதலைப் போராட்டத்தைத் தனி வழியில் நடத்திச் சென்ற நேதாஜி சுபாஷ் சந்திரபோஸ் போன்றவர்களின் வீரம் போற்றுதலுக்குரியது.

நாட்டைப் பற்றிய சிந்தனை வரும்போதெல்லாம் இந்த நாட்டிற்காக உயிர் நீத்த, உடைமையிழந்த தியாகிகளின் வாழ்வும் நாட்டின் எல்லையையும் நம்மையும் கடும் குளிரிலும், உறை பனியிலும் பாலைவனத்திலும் உயிரைத் துச்சமென மதித்துப் பாதுகாக்கும் நமது இராணுவ வீரர்களின் தியாகமும் நம் கண்முன் வரவேண்டும்.

இத்தகைய சுதந்திரப் போராட்ட வீரர்களின் வீரச்செயல்களை இன்றைய தலைமுறையினருக்குக் குறிப்பாக மாணவச் செல்வங்களுக்குக் கொண்டு சேர்ப்பது நமது கடமையாகும்.

பெற்ற சுதந்திரத்தைப் பேணிக் காக்க, நாட்டின் எல்லையில் நின்று தன் உயிரையும் பொருட்படுத்தாமல் நாட்டினைப் பாதுகாக்கும் எல்லைப் பாதுகாப்புப் படை வீரர்களை நம் மாணவர்கள் நேரில் சந்தித்து உரையாடி வாழ்த்துக் கடிதங்கள் வழங்கி பாராட்டுத் தெரிவித்தனர் என்பதையறிந்து மகிழ்ச்சி அடைகிறேன்.

புகழ்பெற்ற அட்டாரி-வாகா எல்லை, பகத்சிங், சுகதேவ் மற்றும் ராஜகுரு ஆகியோரின் நினைவிடங்கள், மெய்சிலிர்க்க வைக்கும் போர் நினைவிடங்கள், தியாகிகள் இரத்தம் சிந்திய ஜாலியன் வாலாபாக், உசைனிவாலா எல்லை மற்றும் அருங்காட்சியகம் போன்ற வரலாற்றுச் சிறப்புமிக்க இடங்களுக்குச் சென்று வந்துள்ளனர் என்பது வரவேற்கத்தக்க ஒன்றாகும்.

அது மட்டுமின்றி சென்று வந்த பயண அனுபவங்களை மாணவர்களே எழுதி அது "எல்லைக்கு ஒரு பயணம்" என்ற நூலாக வெளிக்கொண்டு வருவதில் மகிழ்ச்சியடைகிறேன். இப்பயணத்திற்கு மாணவர்களை அழைத்துச் சென்று வந்துள்ள "தியாகம் போற்றுவோம்" அமைப்பிற்கும், எல்லைப் பயணம் சென்று எழுத்தாளர்களாக உதயமாகியிருக்கும் மாணவர்களுக்கும் எனது வாழ்த்துகளும், பாராட்டுகளும்!

அன்புடன்,

(அன்பில் மகேஸ் பொய்யாமொழி)

டாக்டர். மா.ஆர்த்தி இ.ஆ.ப.,
மாவட்ட ஆட்சித் தலைவர்,
காஞ்சிபுரம்.

மாவட்ட ஆட்சியர் முகாம்
அலுவலகம், காஞ்சிபுரம்.

வாழ்த்துரை

மாணவர்களின் கல்வியிலும் வாழ்விலும் நேர்மறையான தாக்கத்தை ஏற்படுத்தி அவர்களை மிகச்சிறந்த மனிதர்களாக உருவாக்க வேண்டும் என்ற இப்பயணத்தின் உயரிய நோக்கம், ஒரு மாவட்ட ஆட்சியராய் என்னைப் பெருமிதம் கொள்ளச் செய்கிறது. பெற்ற சுதந்திரத்தைப் பேணிக் காக்க, நாட்டின் எல்லையில் நின்று ஒவ்வொரு நொடியும் நாடு காக்கும் உத்தமச் செயலை உயிரைத் துச்சமென மதித்து செய்து வரும் எல்லைப் பாதுகாப்புப் படை வீரர்களை நேரில் சந்தித்து அளவளாவியும், வாழ்த்துக் கடிதங்கள் வழங்கியும் வந்துள்ளனர் நம் மாணவர்கள் என்பதறிந்து மகிழ்ச்சி கொண்டேன்!

புகழ்பெற்ற அட்டாரி-வாகா எல்லை, மெய்சிலிர்க்க வைக்கும் போர் நினைவிடங்கள், தியாகிகள் இரத்தம் சிந்திய ஜாலியன்வாலாபாக் உள்ளிட்ட பகுதிகளுக்கும் சென்று வந்துள்ளனர் என்பது இம்மாணவர்களுக்கு நல்லதொரு திருப்புமுனையாக அமைந்திருக்கும் என்பதில் ஐயமில்லை.

எல்லைக்கு ஒரு பயணம், அந்தப் பயண அனுபவங்களே இதோ புத்தகமாக; அதுவும் இம்மாணவர்களே எழுத்தாளர்களாக! பயணம் நல்ல அனுபவங்களை நமக்குத் தரும்; எல்லைப் பயணம் நல்ல மனிதர்களை நாட்டிற்குத் தரும்! இது போன்ற எல்லைப் பயணங்கள் தொடர வேண்டும். இன்றைய மாணவர்களுக்கு சிறந்த முன்னுதாரணமாகவும் சமுதாயத்திற்கு நல்ல மனிதர்களாகவும் இம்மாணவர்கள் செதுக்கப்பட்டிருக்கிறார்கள் என்பது வரவேற்கத்தக்கதாகும். இத்தகு உயர்ந்த எண்ணத்தை செயலாக்கம் செய்த 'தியாகம் போற்றுவோம்' அமைப்பிற்கு உளமார்ந்த பாராட்டுகள்! மாணவர்களுக்கு எனது வாழ்த்துகள்!

வந்தே மாதரம்! ஜெய்ஹிந்த்!

மாவட்ட ஆட்சித் தலைவர்
காஞ்சிபுரம்

வாழ்த்துரை

பயணம் என்றாலே மாணவர்கள் பல சுற்றுலாத் தலங்களுக்குச் செல்ல விரும்புவது வழக்கம். ஆனால் இம்மாணவர்களோ, நம்தேசத்தின் எல்லையையும், எல்லையில் காவல் காக்கும் படை வீரர்களையும், தேசத்திற்காகத் தங்களைத் தியாகம் செய்த வீரர்களின் தியாக வரலாற்றைக் கூறும் போர் நினைவிடங்களையும் சென்று பார்த்து வந்துள்ளனர். இது சமூகப் பொறுப்புணர்வுக்கு ஒரு சிறந்த எடுத்துக்காட்டு எனலாம்.

இப்பயணத்தில் மாணவர்கள் நேரடியாகப் பார்த்த கள அனுபவங்களையும், நினைவுகளையும் தங்கள் வடித்துள்ள இந்த புத்தகம் இந்த சமூகத்திற்கும், எழுத்துலகிற்கும் மிக முக்கியமான ஒன்றெனக் கருதுகிறேன். இந்த புத்தகத்தின் பல பக்கங்கள் விமானப் படை அதிகாரியான என்னை, என்னுடைய நீங்காத நினைவுகளில் சிறகடித்துப் பறக்கச் செய்கிறது. மாணவர்களின் நேரடி அனுபவங்களை அவர்களது மொழியிலேயே அவர்கள் பகிர்ந்திருக்கும் விதம் இந்த நூலுக்கு மேலும் அழகு சேர்க்கிறது. மிகச் சிறப்பாக வடிவமைக்கப்பட்டுள்ள இந்த நூலின் ஒவ்வொரு பக்கமும் இந்நாட்டிற்க்காகத் தங்களைத் தியாகம் செய்த ஒவ்வொரு சுதந்திரப் போராட்ட வீரர்களையும், ஒவ்வொரு பாதுகாப்புப் படை வீரர்களையும் நினைவுபடுத்தும் பணியை மிக நேர்த்தியாய்ச் செய்கிறது.

ஆக்கப்பூர்வமான செயல்பாடுகள் மூலம் மாணவர்களிடையே சமூகப் பொறுப்பை உருவாக்கி வரும் தியாகம் போற்றுவோம் அமைப்பிற்குப் பாராட்டுக்கள். எல்லைப் பயணம் சென்று மிகச் சிறந்த மனிதர்களாக உருவெடுத்திருக்கும் மாணவர்கள் அனைவருக்கும் எனது மனம் நிறை வாழ்த்துகள். இது போன்ற தலைசிறந்த பணிகள் மேன்மேலும் தொடரட்டும். நாட்டைக் காக்கும் வீரர்களின் தியாகம் போற்றுவோம்! சமூகத்தைச் செழிக்கச் செய்வோம்!

Wing Cdr ஏ. சதீஷ் குமார் அவர்கள்

முன்னாள் விமானப் படை அதிகாரி & Director & CEO,
PLANETX Aerospace Services Pvt. Ltd.

வாழ்த்துரை

அங்கே எல்லையில் நாளும் நம்மைக் காக்கும் பாதுகாப்புப் பணியில் எல்லையைக் காக்கும் சாமிகளாய் பணியாற்றிக் கொண்டிருக்கும் நமது வீரர்கள்! நாட்டின் எல்லைக்கே சென்று அவர்களை சந்தித்து நாட்டின் வளர்ச்சிக்கும் உயர்வுக்கும் வரம் வேண்டி வந்திருக்கும் சீரிய பண்பு, சிறந்த ஆற்றல் மிக்க மாணவர்கள்!

அட்டாரி-வாகா எல்லை, உசைனிவாலா எல்லை மற்றும் போர் நினைவிடங்கள் போன்ற தலைமுறை தாண்டிய புனிதத்துவம் பெற்ற புண்ணிய மண்ணை தொட்டு வணங்கி, அதன் பெருமைகளை புத்தகமாகப் படைத்திருக்கும் இம்மாணவர்கள் பின் தோன்றலுக்கு முன்னுதாரணம் ஆவார்கள்.

பல்லாயிரம் வாழ்த்துக் கடிதங்களை எல்லைச்சாமிகளுக்கு படையல் போட்டு அந்த சாமிகளின் மனங்களில் மகிழ்ச்சியையும், உற்சாகத்தையும் ஏற்படுத்தியதை இப்புத்தகத்தின் ஆசிரியர்களான மாணவச் செல்வங்கள் விவரிக்கும் போது ஆனந்தக் கண்ணீர் பெருகுகின்றது. இவர்களைப் பாராட்ட வார்த்தைகளைத் தேடி வானம் விரிகின்றது.

இத்தகு மகத்தான அனுபவங்களையே அறிவாய் பெற்றுள்ள நம் மாணவச் செல்வங்கள் இனிவரும் காலங்களில் சீரோடும் சிறப்போடும் கடமையாற்றி நம் தாய்த்திருநாட்டிற்கு புகழ் சேர்க்க அகம் மகிழ்ந்து வாழ்த்துகின்றேன்!வந்தே மாதரம்!

ஜெய்ஹிந்த்!

டாக்டர் M.சுதாகர், MBBS அவர்கள்,

காவல் கண்காணிப்பாளர்,

காஞ்சிபுரம் மாவட்டம்.

வாழ்த்துரை

தியாகம் போற்றுவோம் என்ற அமைப்பின் மூலம் எல்லைக்கு ஒரு பயணம் என்ற இந்த புத்தகம் மாணவர்களின் அனுபவத்தை மையமாகக் கொண்டு அவர்களாலேயே எழுதப்பட்டுள்ளது. இந்த பயணத்தின் மூலம் நம் எல்லை பாதுகாப்புப் படை வீரர்களின் தியாகம், வீரம் மட்டுமல்லாது நம் நாட்டின் சமய சகிப்புத்தன்மை, விருந்தோம்பல், நாகரிகம், பண்பாடு, கலாச்சாரம் முதலியவற்றை அறிந்து கொள்ளும் வாய்ப்பாகவும் அமைந்துள்ளது.

ஐயாயிரம் கடிதங்களை எல்லை பாதுகாப்புப் படை வீரர்களின் கைகளில் கொடுத்தபோது அவற்றை வாங்கிய அவர்களின் முகத்தில் தெரிந்த அந்த மகிழ்ச்சிக்குக் காரணம் அந்த கடிதங்கள் எல்லாம் வெறும் காகிதங்கள் அல்ல; மாணவர்களின் உள்ளங்கள் அதில் உள்ள எழுத்துகள் வெறும் எழுத்துகள் அல்ல மாணவர்களின் எண்ணங்கள் என்பதுதான் காரணமாகும்.

ஆன்மிகத் தலங்களான குருதுவாராக்களுக்கும் சென்றிருந்தபோது அங்கு இவர்கள் கண்ட ஏழை, செல்வந்தர், உயர்ந்தவர், தாழ்ந்தவர் என்ற பாகுபாடு பாராமல் அனைவரும் வரிசையில் நின்று தரிசனம் செய்யும் நடைமுறையும் பெரிய மனிதர்கள்கூட பக்தர்களின் பாதணிகளை துடைத்து வைப்பதும் பக்தர்கள் சாப்பிட்ட தட்டுகளைக் கழுவுவதும் போற்றத்தக்கதாகும்! இந்த செயல்கள் நம் மாணவர்கள் மனதில் நம் தமிழ்நாட்டில் உள்ள வழிபாட்டுத் தலங்களிலும் இது போன்று நடந்தால் எப்படி இருக்கும் என்று சிந்தனை செய்ய வைத்தது சாலச் சிறந்ததாகும்.

இந்த பாரத மண்ணில் பிறந்து தங்களது வீரத்தாலும் தேசப்பற்றினாலும் சுதந்திரப் போராட்டத் தியாகிகளான பகத்சிங், சுக்தேவ், ராஜகுரு அவர்களின் வாழ்க்கை போற்றுதலுக்குரியதாகும். மூவரும் விட்ட இறுதி மூச்சுக் காற்றினால்தான் நாம் அனைவரும் சுதந்திரக் காற்றை இன்று சுவாசித்துக் கொண்டிருக்கிறோம் என்றால் அது மிகையாகாது. வந்தே மாதரம்!

திருமதி D. சரஸ்வதி இளஞ்செழியன்,
நிறுவனர் D. சரஸ்வதி இளஞ்செழியன்
எல்லை வீரர்கள் கல்வி அறக்கட்டளை,
காஞ்சிபுரம்.

வாழ்த்துரை

எல்லைப் பாதுகாப்புப் படையைச் சேர்ந்த அன்பிற்குரிய திரு. வே. கிள்ளிவளவன் அவர்கள் அரசுப்பள்ளி மாணவர்களை ஒருங்கிணைத்து நமது நாட்டின் எல்லைக்கே அழைத்துச் சென்று வந்துள்ளதையறிந்து பெருமகிழ்ச்சி அடைகிறேன்.

அம்மாணவர்கள் தங்களது எல்லைப் பயண அனுபவங்களைத் தொகுத்து எழுதியுள்ள "எல்லைக்கு ஒரு பயணம்- Border Tour" என்ற இந்நூல், இன்றைய இளைஞர்களுக்கு மிகவும் பயனுள்ள வகையில் இருக்கும். பாகிஸ்தானுடன் நமக்கு ஏற்பட்ட நான்கு போர்களிலும், 1962-ல் சீனாவால் நம் மீது திடீரென திணிக்கப்பட்ட பயங்கர போரிலும், நம்முடைய இராணுவ வீரர்களின் சாகசங்களையும், தியாகங்களையும் வெறும் வார்த்தைகளால் நம்மால் வர்ணிக்க இயலாது. நம்முடைய நாட்டின் முப்படை வீரர்களுக்கு 130 கோடிக்கும் மேலான இந்தியர்கள் நிரந்தரமாக கடமைப்பட்டுள்ளோம்.

தனிப்பட்ட வகையில் என்னுடைய குடும்பத்திற்கும் இராணுவத்திற்கும் ஒருவகையில் நெருங்கிய தொடர்புண்டு. நாங்கள் மொத்தத்தில் 10 சகோதர-சகோதரிகள். இவர்களில் 5 நபர்களை என்னுடைய தந்தையார் இந்திய பாதுகாப்புப் படைகளில் சேருவதற்கு அனுப்பினார். இந்த 5 பேர்களில் இரண்டு நபர்கள் இந்திய இராணுவத்திலும், இரண்டு பேர் விமானப் படையிலும், ஒருவர் கப்பற்படையிலும் பணியாற்றி பாகிஸ்தானுடனும், சீனாவுடனும் நடைபெற்ற போர்களில் பங்கு கொண்டவர்கள்.

தமிழக மாணவர்கள் நாட்டின் எல்லைக்கு சென்று, நம்முடைய எல்லை பாதுகாப்புப் படையினரின் சாகசத்தை நேரடியாக தெரிந்து கொள்வது நம்முடைய நாட்டின் இறையாண்மைக்கு வலிஊட்டுவதாக அமையும். இவைகளைப் பற்றிய விவரங்களை படம்பிடித்து நூலின் வடிவத்தில் நமக்கு தந்த இம்மாணவர்கள் மற்றும் இப்பயணத்தை ஏற்பாடு செய்த ஒருங்கிணைப்பாளர்கள் அனைவருக்கும் என்னுடைய மனமார்ந்த பாராட்டுகள்.

ஜெய்ஹிந்த்

DR எச். வி. ஹரண்டே
Former Minister of Health Government of Tamilnadu

வாழ்த்துரை

'எல்லைக்கு ஒரு பயணம்' நூல் உங்கள் கரங்களில் தவழ்கிறது. சுற்றுலாக்களே மாணவர்களுக்குப் பள்ளிகளிலும், வீடுகளிலும் கிட்டுகிறது. பயணங்கள் அரிதானவை. செலவு, வழிகாட்டுதல், பாதுகாப்பு எனப்பல்வேறு தடைகள். அவற்றைக் கடந்து கம்பீரமாக நிகழ்ந்த பயணமொன்றின் எழுத்து வடிவம் நமக்குக் கிட்டியிருப்பது பெரும்பேறு.

தேசத்தைக் காத்திடும் ஈடிலாப் பணியில் அர்ப்பணிப்போடு இயங்கும் எல்லைப் பாதுகாப்புப் படை வீரர்களைக் கண்டு, உரையாடி, பாராட்டி விடைபெறும் பள்ளி மாணவர்கள் என இதனைச் சுருக்கிவிட முடியாது. மாபெரும் அனுபவங்களையும், அளப்பரிய விழுமியங்களையும் பெற்றுக்கொண்ட இச்செல்வங்கள் பெருந்தன்மையோடு நமக்கும் அதைச் சொல்கிறார்கள். உலகம் அனைத்திற்கும் உரியதான அறிவுக்கேணி இவர்களைப் போன்ற அன்பும், அறமும் மிக்க நெஞ்சங்களால்தான் சுரக்கிறது.

உத்தம் சிங்கின் வீரக்கதை சிலிர்ப்பூட்டும்; ஜாலியன்வாலா பாக்கின் ஓலக்குரல் அருகே ஒலிக்கும்; உறவற்றவராய் உணர்ந்த குழந்தைக்கு உடன் வந்தவர்கள் உறவாகிறார்கள்; எல்லைப் பாதுகாப்புப் படை வீரர்களின் பேரன்பும், விருந்தோம்பலும் ரத்தமும், சதையுமாக நம் கண்முன் விரிகிறது. சக தேசத்து மக்களின் மீதான உள்ளார்ந்த அன்பே இந்நூலின் மையச்சரடு. தேசபக்தி வெறுப்பின் சுவடின்றி வெளிப்படுவது நெகிழ்த்துகிறது.

வீரம் செறிந்த போர்க்களங்களின் தழல் பூக்களாக இவர்கள் எழுத்தில் மலர்கின்றன. அருங்காட்சியகங்கள் உயிர் பெற்று உரையாடுகின்றன. எல்லாவற்றிற்கும் மேலாக இந்நூல் தியாகத்தின் விரிவையும், செறிவையும் சன்னமாகக் கடத்துகிறது. இந்நூலின் ஆசிரியர்களான மாணவர்கள் அனைவரும் வணக்கத்துக்கும், கொண்டாட்டத்திற்கும் உரியவர்கள். அவர்களுக்கும், அவர்களின் பெற்றோர், ஆசிரியர்கள், உற்றார்-உறவினர்களுக்கும் பேரன்பும், வாழ்த்தும்.

அன்புடன்,

திரு பூ. கொ. சரவணன் IRS

துணை ஆணையர், சுங்கம் மற்றும் மறைமுக வரிகள்.

வாழ்த்துரை

எல்லைக்கு ஒரு பயணம் என்ற இப்புத்தகம் என் கைகளில் தவழ்கிறது ஒரு மழலை போல; ஓர் எல்லைப் பாதுகாப்புப் படை அதிகாரியாக நான் பெருமிதம் அடைகிறேன். தியாகம் போற்றுவோம் அமைப்பினருக்கு எனது நன்றிகள்; எல்லைக்குப் பயணம் சென்று வந்து தங்கள் அனுபவத்தைப் புத்தகமாக வடித்த மாணவர்களுக்கு அன்பு வாழ்த்துகள்.

நம் நாட்டின் பாதுகாப்பு, அமைதி, மகிழ்ச்சி ஆகியவற்றுக்காக இமைசோராது கண் துஞ்சாது, நாடு காக்க நாளும் உழைத்திடும் எல்லைப் பாதுகாப்புப் படையினரின் (BSF) வாழ்வை அறிந்திடும் நல்வாய்ப்பை மாணவர்களுக்கு வழங்கி இருக்கிறது இந்த எல்லைப் பயணம். எல்லை பாதுகாப்புப் படையில் 39 ஆண்டுகள் பணியாற்றிய எனக்கு மீண்டும் எல்லைக்கே சென்று வந்த உணர்வு ஏற்படுகிறது!

தனிமையில், ஏக்கத்தில் வாடும் அந்த உள்ளங்களின் ஆனந்தம் மலர மாணவர்கள் எழுதிய 5000 வாழ்த்துக் கடிதங்களை எல்லைக்கே சென்று அவர்களிடம் வழங்கியமை மிகச் சிறப்பு! கடமை, கண்ணியம், கட்டுப்பாடு போன்ற நெறிகளையும், மனித நேயம், நெகிழி தவிர்ப்பு, பெரியோரை மதித்தல், பிறருக்கு உதவுதல் போன்ற நற்பழக்கங்களையும் பயணத்தினூடே இம்மாணவர்களிடம் வளர்த்தெடுத்தமை அருமை! அதோடு நில்லாமல் அவர்களை எழுத்தாளர்களாக்கிப் பயண அனுபவத்தைப் பகிர வைத்த முயற்சி வெகு அருமை!

இது போன்ற எல்லைப் பயணங்கள் தொடரட்டும். நம் நாட்டிற்கே முன்னோடியான செயல்பாடாக இப்பயணம் அமைந்துள்ளது. வாழ்த்துகள்! தியாகம் போற்றுவோம்!! நாட்டின் பெருமை காப்போம்!

வந்தே மாதரம்! ஜெய்ஹிந்த்!!

திரு. எஸ்.கிருஷ்ணசாமி அவர்கள்,
Deputy Commandant, BSF (Rtd.)
துணை படைத்தலைவர்,
எல்லை பாதுகாப்புப்படை(பணி நிறைவு).

ஜெய்ஹிந்த்!

ஒற்றுமை!   விசுவாசம்!   தியாகம்!

எல்லைப் பயணம் ஆனந்தத்தின் எல்லை

பயணத்திற்கு எல்லை இல்லை. ஆனால் எல்லைக்கு பயணம் என்பதே ஒரு புதுமைதான். எல்லைக்குச் சென்ற பயணம் எல்லையில்லாத நினைவுகளாக, அனுபவமாக, ஆனந்தமாக மாறியிருக்கிறது. பயணங்கள் முடிவதில்லை பயணிக்கத்தான் பலரால் முடிவதில்லை. பருவ வயது இன்பத்தைத் தேடும் என்பார்கள் ஆனால் துன்பத்தை தேடித்தேடி பார்த்துப் பார்த்து வியந்து வியந்து துன்பத்தை ஆனந்த எல்லையாக மாற்றிக் கொண்ட பருவ வயது. துன்பத்தை இன்பமாக மாற்றிய பயணம், தியாகத்தை தரிசித்த பயணம்.

'அந்த 7 நாட்கள்' திரைப்படமாக பலருக்கு தெரியலாம். எல்லைப் பயணத்தின் ஏழு நாட்கள் புதிதாய் உயிர்ழ்த்தெழுந்த நாட்களாக மாறிப்போனது. இன்றைய தியாகம் எல்லையில் காவல் தேசத்தின் எல்லைப் பாதுகாப்புப் படை வீரர்களாக, அன்றைய தியாகம் தேசத்தின் விடுதலை வீரர்களாக! மாணவர்களின் பயணம் இராணுவப் பயணம் என்ற எல்லை கடந்து தேசத்தின் விடுதலையும் அதன் காவலும் என்ற அளவில் புதிய இணைப்பாக மாறியிருக்கிறது.

பயணத்தை விவரிக்கும் ஒவ்வொரு மாணவனும் இடத்தைச் சொல்கிறார், அங்குள்ள வீரர்களைச் சொல்கிறார், மக்களைச் சொல்கிறார் என நினைக்கும் நம்மிடம் தன்னைப்பற்றியே சொல்கிறார், தன்னைக் கடந்து பயணித்து எல்லை கடந்து மாறிப்போன ஒவ்வொரு மாணவனும் யாருக்கும் இல்லை இந்தப் பயணம் என்ற அளவில் திரும்பி இருக்கிறார்கள். பயணத்தின் தொடக்கம் ஆர்வத்தால் நிறைந்தும், பயணத்தின் நிறைவு ஆனந்தத்தில் உறைந்தும் என ஆகிவிட்டதையே மாணவர்களின் அனுபவம் காட்டுகிறது.

எல்லைப் பாதுகாப்புப் படை வீரர் திரு.கிள்ளிவளவன் ஒருங்கிணைத்தார். இராணுவ வீரர்களின் எல்லையோடு இணைவதே எல்லையாக. எல்லையை வெற்றிகரமாகத் தொட்டு திரும்பியிருக்கும்

மாணவர்களின் பயணக் கட்டுரை ஒவ்வொன்றும் பார்த்தவர்களை இதைத்தான் நாம் பார்த்தோமோ என வியப்பையும், பார்க்காதவர்களை இதையெல்லாம் நாம் பார்ப்போமா என்ற ஏக்கத்தையும் ஏற்படுத்தும் விதத்தில் எழுதப்பட்டுள்ளது. பக்குவப்பட்டவர்களின் பயணத்தை படிக்க, கேட்க யாருமில்லாத காலத்தில் படிக்கும் வயதில் பார்த்ததை பாடமாக பிடித்து பாடமாக பிடித்துக்கொள்ள சொல்லப்பட்டதாகவே உள்ளது.

சரியான திட்டமிடல், சரியான இலக்கு, சரியான நோக்கம், சரியான பாதை, சரியான பயணம். பயணத்தின் புதுமை பழையதை பார்த்தபோதும் சலிக்காத காதலாய் புதிய அத்தியாயம் படைத்த 7 நாட்கள் எல்லையில்லா நாட்களாக புத்தக வடிவில் விதைகள் விளைச்சலாக மாறிப் போனதற்கு எல்லை உண்டா?

ஜெய்ஹிந்த்!

நேதாஜி திரு. வே. சுவாமிநாதன் அவர்கள்,
ஒருங்கிணைப்பாளர்,
நேதாஜி தேசிய இயக்கம், மதுரை.

மாணவர்களைச் செம்மைப்படுத்த பல ஆக்கப்பூர்வமான செயல்பாடுகளை எங்கள் கல்வி நிறுவனங்கள் மூலம் தொடர்ந்து முன்னெடுத்து வருகின்றோம். தியாகம் போற்றுவோம் அமைப்பின் ஒவ்வொரு செயல்பாடுகளும் மெச்சத்தக்க வகையில் உள்ளதோடு மாணவர்களைப் பண்படுத்தும் வகையிலும் உள்ளது பாராட்டுதற்குரியது.

அந்த வகையில் 'எல்லைக்கு ஒரு பயணம்' மணிமகுடமாக அமைந்துள்ளது. இம்மகத்தான பயணத்தில் எங்களது பங்களிப்பும் இருக்க வேண்டும் என்று செயல்படுத்தி மனம் நிறைவாக வாழ்த்திப் பாராட்டுகின்றோம்.

ஜெய்ஹிந்த்

திருமதி D. டெல்பி அவர்கள், முதல்வர்,
அன்னை வேளாங்கண்ணி மெட்ரிக் மேல்நிலைப்பள்ளி,
சைதாப்பேட்டை, சென்னை.

வாழ்த்துரை

ஒவ்வொரு மாணவரையும் பண்படுத்தி நல்ல மனிதர்களாக உருவாக்கும் நோக்கில் தியாகம் போற்றுவோம் அமைப்பு ஏற்பாடு செய்திருக்கும் 'எல்லைக்கு ஒரு பயணம்' என்ற இந்த செயல்பாடு பல நல்லவற்றை உள்ளடக்கிய ஒரு பயனுள்ள பயணம். உன்னத நோக்கத்துடன் எல்லை நோக்கிய பயணம், பயணத்தினூடே நல்ல பல பகிர்வுகள், ஆச்சரியமூட்டும் திட்டமிடல், அபாரமான செயல்பாடுகள், அதன் அதிசயிக்கும் விளைவுகள், இதோ நம் கண் முன்னே! இதுவே எல்லைக்கு ஒரு பயணம்!

நாட்டின் கடைக்கோடி கிராமம் வரை சென்று அம்மக்களின் கலாச்சாரங்களைக் கண்டு வந்திருக்கிறார்கள். வேற்று மாநிலத்தில் வேற்று மதத்தினரின் நல்ல பண்பாடுகளில் தோய்ந்து பண்பட்டுத் திரும்பியிருக்கிறார்கள். நமது இந்திய நாட்டைக் காக்க நடைபெற்ற போரின் களத்திற்கே சென்று அதன் சுவடுகளை வருடி வந்திருக்கிறார்கள். இந்திய நாட்டின் சர்வதேச எல்லையைத் தரிசித்து வந்திருக்கிறார்கள்! அங்கு எல்லையில் பி.எஸ்.எப். எனப்படும் எல்லைப் பாதுகாப்புப் படையினரின் பணிகளை நேரில் பார்த்து மனமுருகியிருக்கிறார்கள்! இவர்கள் எழுதி-சேகரித்து எடுத்துச் சென்ற 5000-க்கும் மேலான வாழ்த்துக் கடிதங்களை வழங்கி வணங்கியிருக்கிறார்கள்!

பதின்மூன்று மாணவர்கள் இணைந்து எழுதிய இப்புத்தகத்தின் எழுத்து நடை இயல்பாக இருந்தாலும் இவர்களின் எழுத்துநடை என்னை ரசிக்க வைக்கிறது; என்னை வியக்க வைக்கிறது! குறிப்பாக மாணவர் த.ஸ்ரீராம் 'உசைனிவாலா எல்லை' என்ற தலைப்பில் எழுதியுள்ளது ஒரு இளம் எழுத்தாளருக்கே உரிய தரத்தில் அருமையாக உள்ளது. மாணவர் த. கோகுல கிருஷ்ணன் எழுத்துகளைப் பார்க்கும்போது அவர் இதில் எடுத்துக்கொண்ட ஆர்வமும் ஈடுபாடும் தெரிகிறது. இவர்களின் இந்த ஏழு நாட்கள் எல்லைப் பயணம் ஒரு வரலாற்றுச் சிறப்புமிக்க கல்விப் பயணம். வாழ்க்கையில் திருப்புமுனையை ஏற்படுத்தும் ஒரு நல்ல பயணம். வாழ்த்துகள். பாராட்டுகள்!

வணக்கம்! ஜெய்ஹிந்த்!!

சுப. முத்துவேல்

துணை பொது மேலாளர் செட்டிநாடு குழுமம்
புதுடில்லி அலுவலகம் மற்றும் சமூக செயற்பாட்டாளர்

மகிழ்வுரை

"எல்லைக்கு ஒரு பயணம்". எல்லையில்லா ஆனந்தம் என்பதோடு பயணப்பட்ட மாணவர்கள் மற்றும் குழுவினரின் அனுபவ எல்லைகளை நாமும் தொடும் விதமாக அமைந்துள்ளது இந்த அருமையான நூல். தட்பவெப்ப நிலைகளில் சிறிதளவு மாற்றம் என்றாலே உட்புகும் நத்தைகள் போல ஒடுங்கிக்கொள்ளும் நாம் சியாச்சின் எல்லையின் கடுங்குளிரையும், ஊசி பனிப்பொழிவையும் நேரில் சென்று உணர்ந்தால் எப்படி இருக்கும். நாட்டின் எல்லைப் பகுதியில் பனியோ, வெயிலோ அதனைத் தாங்குவதோடு மட்டுமல்லாமல் ஆயுதங்களையும் தாங்கி கண்களை அகலவிரித்துப் பார்த்து நாட்டைப் பாதுகாக்கும் பணியைவிட கடுமையான பணி உண்டா? சிந்திக்க வைக்கின்றனர் பயணப் பதிப்பாளர்கள். அருந்துவதற்கு நீர் வேண்டுமென்றால் கூட அந்தப் பனிப்பூமியில் நெருப்பு மூட்டி சிறிது சிறிதாக உருகும் நீரை பருக வேண்டுமெனில் எல்லைப் பாதுகாப்புப் படை வீரர்களின் மன உறுதியை, துணிவை, உள்நாட்டிலும் பேரிடர் மீட்பில் ஆற்றும் சேவைப் பணிகளை தெரிந்து கொள்ள அவர்கள் பணியாற்றும் எல்லைக்கே 'தியாகம் போற்றுவோம்' அமைப்பின் மூலம் நேரில் சென்று, அவர்களுடன் பேசி, பாராட்டி, வாழ்த்துக் கடிதங்கள் வழங்கி அனுபவப் பக்கங்களை நெகிழ்ந்து சுமந்து வந்தவர்கள் அவற்றை அனைவருக்கும் பகிர்ந்து கொள்ள வார்த்துள்ள இந்த நூல் இதனோடு நம்மைக் கோர்ப்பதோடு பன்னெடுங்காலம் ராணுவத்தின்பால் மக்களின் ஈர்ப்பை மேலும் அதிகமாக்கும் என்பதே உண்மை. இன்னும் பல லட்சக் கணக்கான மாணவர்களுக்கு மட்டுமல்லாமல் மக்களுக்கும் இந்த நூல் தேசம் காக்கும் வீரர்களை தினமும் போற்றும் இன்னொரு தேசிய கீதமாக ஒலிக்கும்.

பூமியின் பசுமையும் நீரின் மென்மையும் வானின் வெண்மையும் போர்க்களச் செம்மையும் தாங்கிய புத்தகங்கள் மேலும் இவர்களின் வழியாக நம் கரங்களில் தவழும். வருங்காலம் என்றும் மகிழும்.

பல்கலைச் செல்வர் **கவிஞர் விஜயகிருஷ்ணன்**

செய்தி வாசிப்பாளர்

தூர்தர்ஷன் பொதிகை சென்னை

தொலைபேசி: 96006 44446

உள்ளே...

தியாகம் போற்றுவோம்

நாட்டைக் காக்கும் வீரர்களின் தியாகங்களை
உணர்த்தும் இயக்கம்

தொடர்புக்கு: **9443692117, 7009138643, 8870400066**
மின்னஞ்சல்: *bharatjaijawan@gmail.com*

1 . பயணம் தொடங்கிய பாதை

திரு. ம.த. சுகுமாறன்,

எல்லைப் பயண ஒருங்கிணைப்பாளர்,

எல்லைக்கு ஒரு பயணம் சென்று பெரிய மாற்றத்துடன் திரும்பி உள்ள அனைவருக்கும் வணக்கமும் வாழ்த்துகளும். எல்லைக்குப் பயணம் செல்ல வேண்டும் என்ற எண்ணம் உதித்த நாளிலிருந்து பயணம் மேற்கொண்ட நாள் வரை இப்பயணத்தைப் பல கோணங்களில் திட்டமிட்டுச் சிறப்பாகச் செயல்படுத்த ஒருங்கிணைந்த குழு ஒன்று ஏற்படுத்தப்பட்டது. இதற்காக இந்த ஏழு நாட்களுக்கும் நிகழ்ச்சி நிரல் (Minute to Minute Programme) தயாரிக்கப்பட்டு அதன்படி பயணத்தின் ஒவ்வொரு நிமிடமும் சரியான முறையில் கையாளப்பட்டது குறிப்பிடத்தக்கது. அவ்வாறே மாணவர்கள் மத்தியில் அவர்களை உணர்வு பூர்வமாக செயல்பட வைத்த குழுவிற்குப் பாராட்டுகள். இக்குழுவின் சிறப்பான செயல்வடிவமே இந்த எல்லைப் பயணத்தின் வெற்றி. இப்பயணக் குழு,

1. ஜாலியன் வாலாபாக் நினைவிடம் (Jallianwala Bagh massacre)

2. அட்டாரி எனப்படும் வாகா எல்லை (JCP Attari)

3. உசைனிவாலா எல்லை (JCP Hussainiwala)

4. சராகாரி போர் (Battle of SWaragari) நினைவிடம்

5. சுதந்திரப் போராட்டத் தியாகிகளான பகத்சிங், சுகதேவ், ராஜகுரு ஆகியோரின் நினைவிடம்

6. உசைனிவாலா போர் (Battle of Hussainiwala) நடைபெற்ற இடம்

7. உசைனிவாலா அருங்காட்சியகம் (Hussainiwala Museum)

8. எல்லைப்புறப் படை முகாம் (BOP)

9. அமிர்தசரஸ் பொற்கோயில் (Golden Temple, Amritsar)

10. தேசிய போர் நினைவிடம் (NWM), புது தில்லி மற்றும்

11. மகாத்மா காந்தி நினைவிடம்

ஆகிய இடங்களுக்குச் சென்று வந்துள்ளது. அக்டோபர் 30 ஆம் தேதியன்று புறப்பட்டு நவம்பர் 6 ஆம் தேதியன்று இப்பயணக் குழு சென்னை திரும்பியது. அன்றே இம்மாணவர்களின் எல்லைப்

பயண அனுபவங்களைப் பகிர்ந்து கொள்ளும் சிறப்பான நிகழ்ச்சியும் சென்னை, சைதாப்பேட்டையிலுள்ள அன்னை வேளாங்கண்ணி மெட்ரிக் மேல்நிலைப் பள்ளி கூட்டரங்கில் நடைபெற்றது. அதில் இப்புத்தகம் வெளியிடப்பட்டது.

அதுவே இலக்கணப் பிழைகளை சரிபார்த்தும் வாழ்த்துரைகளை இணைத்தும் இப்போது முழுமையான புத்தகமாக உங்கள் கைகளில் தவழ்கிறது.

எதை நோக்கிய பயணம்?

வரலாற்றுச் சிறப்புமிக்க போர் நினைவிடங்கள் மற்றும் அட்டாரி-வாகா, உசைனிவாலா, லோங்கேவாலா உள்ளிட்ட எல்லைப் பகுதிகளில் எண்ணிலடங்கா சேவையாற்றும் எல்லை பாதுகாப்புப் படை வீரர்களையும் நேரில் சென்று காணச்செய்தால், அது தமிழக மாணவர்களின் கல்வியிலும் வாழ்விலும் நேர்மறையான தாக்கத்தை ஏற்படுத்தி அவர்களை சிறந்த மனிதர்களாக உருவாக்க வழிவகுக்கும் என்பதே இப்பயணத்தின் நோக்கம்.

Border Tour முதல் குழு:

இந்த எல்லைப் பயணத்தின் முதல் குழுவில் 13 மாணவர்கள் மற்றும் ஆறு ஆசிரியர்கள்/ஒருங்கிணைப்பாளர்கள் என மொத்தம் 19 பேர் இடம் பெற்றிருந்தனர். இது முதல் முயற்சி என்பதால் இக்குழுவில் மாணவர்கள் உள்ளிட்ட அனைவரும் ஆண்களே அழைத்துச் செல்லப்பட்டனர். அடுத்த பயணக் குழுவில் பெண்களும் இடம் பெற திட்டமிடப்பட்டுள்ளது.

மாணவர்கள் தேர்வு செய்யப்பட்ட விதம்:

இம்மாணவர்கள், 15 மாவட்டங்களில் 30 பள்ளிகளின் சுமார் ஐம்பதாயிரம் மாணவர்களிடையே தேர்வு செய்யப்பட்டனர். நல்ல பண்புகள், அர்ப்பணிப்பு உணர்வு மற்றும் உடல் & மன உறுதி ஆகிய மூன்று தகுதிகளின் அடிப்படையில் கலந்தாய்வு மூலம் தேர்வு செய்யப்பட்டனர் என்பது குறிப்படத்தக்கது.

பயணத்திற்கான சந்திப்புகள்:

பயணத்திற்கான ஏற்பாடுகள் திட்டமிடப்பட்டு தேர்வு செய்யப்பட்ட மாணவர்கள் அனைவருக்கும், இரண்டு மாதங்கள், தொடர்ந்து வாரம் ஒருமுறை இணையவழி மற்றும் நேரடி சந்திப்புகள் என மொத்தம் ஆறு சந்திப்புகள் நடைபெற்றன. அதில்,

எல்லை பாதுகாப்புப் படை, இராணுவம், ஊடகம் மற்றும் கல்வியாளர்கள் உள்ளிட்ட துறைகளைச் சேர்ந்த பல்வேறு ஆளுமைகள் கலந்து கொண்டு தங்களது அனுபவங்களையும் கருத்துக்களையும் பகிர்ந்து இப்பயணத்தின் நோக்கத்தை முழுமையாக மாணவர்களுக்கு உணர்த்தி வழி காட்டினர்.

கலந்தாய்வு சந்திப்புகள் விவரம்

வ. எண்	தேதி / சந்திப்பு	நிகழ்வில் கலந்து கொண்ட ஆளுமைகள்
1.	18.09.2022 இணையவழி (தொடக்க அறிமுகம்)	• திரு ம.த.சுகுமாறன் அவர்கள், பயண ஒருங்கிணைப்பாளர் • திருமதி சுதா, தலைமை ஆசிரியை அவர்கள், நகராட்சி மேல்நிலைப் பள்ளி, ஜமீன் பல்லாவரம் • திருமதி வெண்ணிலா மாறன் ஆசிரியை, ஒருங்கிணைப்பாளர், எலைட் பள்ளி, சைதாப்பேட்டை, சென்னை • திருமதி வே.லாவண்யா, ஆசிரியை அவர்கள், அரசு மாதிரி மேல்நிலைப்பள்ளி அய்யம்பாளையம், திருச்சி மாவட்டம். • திருமதி பா. தமிழ்ச்செல்வி ஆசிரியை அவர்கள், அரசு மேல்நிலைப்பள்ளி அவளூர், காஞ்சிபுரம் மாவட்டம். • திருமதி ம. பூங்குழலி, ஆசிரியை அவர்கள் அரசு பெண்கள் மேல்நிலைப்பள்ளி, ஏகனாம்பேட்டை, காஞ்சிபுரம் மாவட்டம் • திரு ஜெ.சரவணன் அவர்கள், ஒருங்கிணைப்பாளர் • திரு வே.கிள்ளிவளவன் அவர்கள்
2	25.09.2022 இணையவழி	• இரா. குப்புசாமி அவர்கள் • திருமதி சுதா, தலைமை ஆசிரியை அவர்கள் • திருமதி வே.லாவண்யா ஆசிரியை அவர்கள், • திரு க.ஷண்முகம் அவர்கள், ஒருங்கிணைப்பாளர் • திரு கிள்ளிவளவன் அவர்கள்
3	03.10.2022 இணையவழி	• திருமதி பத்மா அவர்கள், (முன்னாள் குடியரசு தலைவர் மேதகு ஆர். வெங்கடராமன் அவர்களின் மகள்) சென்னை. • முனைவர் ஜெ.பாலமுருகன் அவர்கள், பொறியாளர், தமிழ்நாடு மாற்று எரிசக்தி முகமை, சென்னை. • திரு க.ஷண்முகம் அவர்கள் • திரு வே.கிள்ளிவளவன் அவர்கள்

4	09.10.2022 நேரடி சந்திப்பு இடம்: சென்னை	• கலைமாமணி திரு.ராம்ஜி அவர்கள், ஆசிரியர் மக்கள் குரல் நாளிதழ் • கவிஞர் எஸ். விஜயகிருஷ்ணன் அவர்கள், வங்கியாளர் & ஊடகவியலாளர் சென்னை. • திரு.ஏ.வேலு அவர்கள், தொழிலதிபர் சென்னை. • திருமதி விஜயராணி பிஜு அவர்கள், சென்னை • திரு அசோக் அவர்கள், *Heartful meditation centre Chennai.* • திரு.சு.தனபாலன் அவர்கள் • திரு. ராஜ் மார்த்தாண்டன் அவர்கள் • திரு ம.த.சுகுமாறன் அவர்கள், • திரு ஜெ.சரவணன் அவர்கள், • திரு வே.கிள்ளிவளவன் அவர்கள்
5	16.10.2022 இணையவழி	• திரு. பூ.கொ.சரவணன் IRS அவர்கள், • திரு. இரா. குப்புசாமி அவர்கள், • திரு.எஸ்.கிருஷ்ணசுவாமி அவர்கள், துணை படைத் தலைவர் (பணி நிறைவு), எல்லை பாதுகாப்புப் படை. • திருமதி வே.லாவண்யா ஆசிரியை அவர்கள் • திரு வே.கிள்ளிவளவன் அவர்கள்
6	23.10.2022 இணையவழி	• மேஜர் மதன் அவர்கள், முன்னாள் இராணுவ அதிகாரி. • திரு. பூ.கொ.சரவணன் IRS அவர்கள், • திரு. இரா.குப்புசாமி அவர்கள், • திரு.எஸ்.கிருஷ்ண சுவாமி அவர்கள், • நேதாஜி திரு. வே.சுவாமிநாதன் அவர்கள், ஒருங்கிணைப்பாளர், நேதாஜி தேசிய இயக்கம், மதுரை. • திருமதி.ராஜராஜேஸ்வரி அவர்கள், மாமல்லன் நகர் லேடீஸ் அசோசியேஷன், காஞ்சிபுரம் • திருமதி சரஸ்வதி, த.ஆ. அவர்கள், பெண்கள் மேல்நிலைப்பள்ளி அசோக் நகர், சென்னை. • திருமதி சரோஜா சகாதேவன் அவர்கள், எழுத்தாளர், சென்னை. • திருமதி வே.லாவண்யா, ஆசிரியை அவர்கள் • திருமதி வெண்ணிலா மாறன் ஆசிரியை, • திரு. இரா.பூபதி அவர்கள், நூலகர், காஞ்சிபுரம் • திரு ம.த.சுகுமாறன் அவர்கள், • திரு ஜெ. சரவணன் அவர்கள், • திரு க.ஷண்முகம் அவர்கள் • திரு கிள்ளிவளவன் அவர்கள்

இந்த வாராந்திர கலந்தாய்வுச் சந்திப்புகள் ஒவ்வொன்றும் இரண்டு முதல் மூன்று மணி நேரங்கள் நடைபெற்றன. இதில் மாணவர்களை இப்பயணத்திற்கு முறையாகத் தயார்படுத்தவும் பயணம் நேர்த்தியாக அமையவும் வழி வகுக்கப்பட்டது. இந்த கலந்தாய்வுச் சந்திப்புகள் ஒவ்வொன்றும் நமது மாணவர்களைப் பண்படுத்தும் பயிற்சிப் பட்டறைகளாக அமைந்திருந்தன என்றால் அது மிகையல்ல.

புதிய முயற்சியும் கடின உழைப்பும்:

பயணம் மேற்கொண்ட நிமிடம் முதல் திரும்பி வந்தடைந்த நேரம் வரை மாணவர்களுக்கு அறிவுப்பூர்வமாகவும் ஆக்கபூர்வமாகவும் பல விடயங்களை அவர்கள் முன்வைத்து அவர்களின் கருத்துக்கள் கேட்டறிந்து அவர்களைத் தங்கள் பயணம் குறித்து எழுத்துப்பூர்வமாக அளிக்கத் திட்டமிடப்பட்டது. அதன்படியே "எல்லைக்கு ஒரு பயணம்" என்ற புத்தகம் இதோ உங்கள் கைகளில் தவழ்கிறது. நாம் திட்டமிட்டபடி, இம்மாணவர்கள் எல்லைப் பயணத்தின் ஏழு நாட்களும் தாங்கள் பகலில் பார்த்து உணர்ந்தவற்றை உள்வாங்கி இரவில் அமர்ந்து பதிவு செய்து எழுத்து வடிவில் புத்தகமாக கொண்டு வந்திருப்பது புதிய முயற்சி மட்டுமல்ல; கடின உழைப்புக்கும் ஓர் எடுத்துக்காட்டு எனலாம்.

இப்பயணத்தில் மாணவர்கள் தங்களது பயண அனுபவங்களை ஒவ்வொரு நாளும் இரவு உணவிற்குப் பிறகு அதிகாலை 3 மணி வரை எழுத்து வடிவில் பதிவு செய்ததைக் கண்டு வியந்தது மட்டுமல்ல எல்லையற்ற பெருமிதமும் அடைந்திருக்கிறேன். இம்மாணவர்களை ஒவ்வொரு தருணத்திலும் வழிநடத்திய திரு க.ஷண்முகம் அவர்களையும் திரு ஜெ. சரவணன் அவர்களையும் மனமாரப் பாராட்டுகின்றேன். பெற்றோர் என்ற முறையில் இப்பயணத்தில் இணைந்து அனைத்து மாணவர்களையும் தனது பிள்ளைகளைப் போன்று உடனிருந்து கவனித்துக் கொண்ட திரு. சு.தனபாலன் அவர்களையும் திரு. ராஜ் மார்த்தாண்டன் அவர்களையும் மனமாரப் பாராட்டுகின்றேன். மேலும் இப்பயணம் வெற்றிகரமாக அமைய உளமாரத் தங்களது ஒத்துழைப்பை வழங்கிய ஆசிரியர்கள், விஞ்ஞானிகள், பெற்றோர்கள் உள்ளிட்ட அனைவருக்கும் மனமார்ந்த மகிழ்சிகளையும் நன்றிகளையும் தெரிவித்துக் கொள்கிறோம்!

06.11.2022 அன்று எல்லைப் பயண மாணவர்களின் அனுபவப் பகிர்வு மற்றும் மாணவர்கள் எழுதிய 'எல்லைக்கு ஒரு பயணம்'

பயணக் கட்டுரை நூல் வெளியீடு நிகழ்ச்சி சென்னை சைதாப்பேட்டையில் உள்ள அன்னை வேளாங்கன்னி மெட்ரிக் பள்ளியில் சிறப்பாக நடைபெற அனைத்து வகையிலும் உறுதுணையாக இருந்த பள்ளி முதல்வர் திருமதி டெல்பி அவர்களுக்கு மனமார்ந்த நன்றிகளை உரித்தாக்குகிறோம். மேலும் அவரது உயர்ந்த எண்ணங்களைப் பாராட்டி மகிழ்கின்றோம்.

அரசுக்குக் கோரிக்கை:

பயணம் நல்ல அனுபவங்களை மனிதனுக்குத் தரும்; ஆனால் இந்த எல்லைப் பயணமோ நல்ல மனிதர்களை நாட்டிற்குத் தந்துள்ளது. இப்பயணம் முடிவல்ல ஒரு தொடக்கம். இது நாடெங்கும் சென்றடைந்து ஒவ்வொரு குடிமகன் மனதிலும் நாட்டைச் சிறப்பாக்க முயற்சிகள் மேற்கொள்ள வேண்டும். நமது அரசு இது போன்ற எல்லைப் பயணங்களைப் பயணக் கல்வியாக மாணவர்களுக்குக் கல்விச் சுற்றுலாவில் கொண்டுவர நடவடிக்கை மேற்கொள்ள வேண்டும். நமது மாணவர்களைப் பண்படுத்தும் எல்லைப் பயணத்தைக் கல்விச் சுற்றுலாவில் கொண்டு வர வேண்டும் என்ற கோரிக்கையை அரசின் முன் வைக்கின்றோம்.

பதின்மூன்று மாணவர்களின் கை வண்ணத்தில் முற்றிலும் அவர்களின் அனுபவத்தில் பூத்திருக்கும் "எல்லைக்கு ஒரு பயணம்" புத்தகம் இந்தியாவில் உள்ள ஒவ்வொரு மாணவர்களுக்கும் ஊக்கமளிக்கும் புத்தகம்; சாதிக்க விரும்புகிறவர்களை உறங்க விடாமல் செய்யும் சாதனைப் புத்தகம்! வாழ்த்துகள்! பாராட்டுகள்! நாம் அனைவரும் இம்மாணவர்களோடு எல்லைக்கு ஒரு பயணம் சென்று வருவோம் வாருங்கள்...

ஜெய்ஹிந்த்!

2. வாழ்த்தி வழியனுப்பிய தருணம்!

– மாணவன் மு.நிதிஷ்

நாங்கள் அனைவரும் ஆவலுடன் எதிர்பார்த்த எல்லைப் பயணம் புறப்பட 30.10.2022 அன்று இரவு சென்னை சென்ட்ரல் இரயில் நிலையத்துக்கு வந்து சேர்ந்தோம். அங்கு எங்களை வழியனுப்ப எங்கள் பெற்றோர்கள் மட்டுமல்ல, எங்கள் பெற்றோர்களை விட எங்களை அதிகம் நேசிக்கும் எங்களது ஆசிரியர்களும் பெரியோர்களும் வந்திருந்தனர்.

30.10.2022 அன்று சென்னை இரயில் நிலையத்தில் எல்லைப் பயண குழுவை வழியனுப்பியபோது

திரு சு.பாலச்சந்தர் அவர்கள், திரு மணி அவர்கள், திரு முரளி அவர்கள் திருமதி எம்.பூங்குழலி ஆசிரியை அவர்கள், திருமதி வெண்ணிலா மாறன் ஆசிரியை அவர்கள் உள்ளிட்டோர் இரயில் நிலையம் வந்து எங்களோடு அவர்கள் பாசத்தைப் பகிர்ந்து கொண்டனர். நாங்கள் அனைவரும் பாதுகாப்பாக சென்று திரும்ப வேண்டும் என்று அன்போடும் அக்கறையோடும் எங்களை வாழ்த்தி வழியனுப்பி வைத்தனர். அந்த தருணம் எங்கள் வாழ்வில் என்றும் பசுமையாக பூத்திருக்கும்!

எல்லைக்கு வாழ்த்துக் கடிதங்கள் வழங்கியபோது

எல்லைப் பயணக் குழுவை வழியனுப்பிய நெகிழ்வான தருணம்
இடம்: சென்னை சென்ரல் இரயில் நிலையம்

3. எல்லைப் பயணத்திற்குத் தயாரானோம்

– மாணவன் பி. ஹரி கிருஷ்ணன்

விடிந்தும் விடியாத ஒரு காலைப் பொழுது, பறவைகளின் இனிய சத்தத்துடன் நாள் தொடங்கியது. காலையில் பள்ளிக்கூடம்; பின் வீட்டிற்கு வந்ததும் மாலை நேர வகுப்பு; இரவு வீட்டுப்பாடம் என அன்றைய நாள் முடிந்தது. அரசுப் பள்ளி மாணவர்களுக்குத் தனியாக மாதிரிப் பள்ளி ஒன்று அமைத்து, அந்த பள்ளியில் சிறப்பு வகுப்பு ஏற்பாடு செய்திருந்தனர்.(தமிழ்நாடு அரசின் திட்டத்தின் கீழ்). காப்பகத்தைப் போன்ற சூழலில் அங்கு படிக்கத் தேர்வாகி எனது 12ஆம் வகுப்பை முடித்தேன். அங்கேயே மருத்துவ நுழைவு (NEET) நீட் தேர்விற்கான பயிற்சி எடுத்துக்கொண்டேன். முதல் முறை தோல்வி, நீங்கள் தோல்வியுற்றால், ஒருபோதும் கைவிடாதீர்கள் ஏனெனில் தோல்வி என்பது கற்றலில் முதல் முயற்சி. என்று மேதகு ஆ.ப.ஜெ. அப்துல் கலாம் அவர்கள் கூறிய வார்த்தைகளை மனதில் கொண்டு துவண்டுபோகாமல் மீண்டும் முயல்வோம் என்று எத்தனித்து நானே சுயமாக படிக்கத் தொடங்கிய நேரம். எனது மாதிரிப் பள்ளி மூலமாக இந்த எல்லைப் பயணம் செல்ல தேர்வானேன்.

அதன்பிறகு பயணத்திற்கு எங்களைத் தயார்படுத்த இரண்டு மாதங்கள் தொடர்ந்து வாரம் ஒரு முறை கலந்தாய்வுச் சந்திப்புகள் நடைபெற்றன. இதில் ஐந்து இணையவழி சந்திப்புகளும் ஒரு நேரடி சந்திப்பும் அடங்கும். இந்த கலந்தாய்வுக் கூட்டங்களில் சிறப்பு விருந்தினர்களாக பல்வேறு துறைகளைச் சேர்ந்த ஆளுமைகள் கலந்துகொண்டு அவர்களின் அனுபவங்களையும் கருத்துகளையும் எங்களுக்கு எடுத்துக் கூறினார்கள். அந்தச் சந்திப்புகள் கீழ்கண்ட வடிவில் அமைந்திருந்தன,

வரவேற்புரை

எல்லைப் பயண மாணவர்களின் அறிமுகம்

ஓர் உண்மைச் சம்பவம் – அது குறித்த கருத்துப் பகிர்வு

பயணத்திற்கான தயாரிப்புப் பணிகள்

சிறப்பு விருந்தினர்களின் அறிமுகம்

சிறப்பு விருந்தினர்களின் சிறப்புரை

ஆசிரியர்கள் மற்றும் பெற்றோர்களின் கருத்துப் பகிர்வு
நன்றியுரை மற்றும்
நிகழ்ச்சி தொகுப்பு

வரவேற்புரை:

ஒவ்வொரு வாராந்திர சந்திப்புகளிலும் அந்நிகழ்ச்சியில் கலந்து கொண்ட அனைவரையும் வரவேற்கும் விதமாக வரவேற்புரையை ஒருவர் வழங்குவார். கிட்டத்தட்ட அனைத்து நிகழ்ச்சிகளிலும் யாராவது ஒரு மாணவரே இந்த வரவேற்புரையை வழங்குவார்கள்.

எல்லைப் பயண மாணவர்களின் அறிமுகம்:

எல்லைப் பயண மாணவர்கள் பற்றிய சிறு அறிமுகம் ஒவ்வொரு கலந்தாய்வு நிகழ்ச்சியிலும் இருக்கும். அறிமுகத்தின் போது நாங்கள், எங்களின் பெயர், வகுப்பு, படிக்கும் பள்ளி, மாவட்டம் உள்ளிட்ட விவரங்களைக் கூறி எங்களை அறிமுகப் படுத்திக் கொள்வோம். ஒவ்வொரு வாரமும் வெவ்வேறு துறைகளைச் சேர்ந்த புதிய புதிய ஆளுமைகள் கலந்து கொள்வதால் எங்களது அறிமுகம் என்பது ஒவ்வொரு நிகழ்ச்சியிலும் அவசியம் இடம்பெற்றிருக்கும். இதன் மூலம் மற்றவர்களுக்கு நம்மை எப்படி அறிமுகம் செய்து கொள்வது என்பதையும் பழகிக் கொண்டோம்.

ஓர் உண்மைச் சம்பவம் – அது குறித்த கருத்துப் பகிர்வு:

நிகழ்ச்சியின் ஒரு பகுதியாக ஏதாவது ஓர் உண்மைச் சம்பவத்தை நிகழ்ச்சியில் கூறுவார்கள். அச்சம்பவம் பற்றிய ஒவ்வொருவரின் கருத்துக்களைப் பதிவு செய்ய வேண்டும். இது மிகவும் சுவாரசியமான பகுதியாக இருக்கும். எல்லைப் பயண மாணவர்கள் மட்டுமல்லாமல் எங்களின் பெற்றோர்களும் ஆசிரியர்களும் இதில் தங்கள் கருத்துக்களைப் பகிர்ந்து கொள்வதுண்டு. உதாரணமாக, எல்லைப் பயணத்திற்குச் சரியான முன்னெடுப்புகள் மட்டுமல்ல மாணவர்களுக்குச் சரியான முடிவெடுக்கும் திறனும் அவசியம் என்பதைக் கருத்தில் கொண்டு ஒவ்வொரு வாராந்திரக் கலந்தாய்வுக் கூட்டத்திலும் ஒரு உண்மை சம்பவம் பகிரப்பட்டு, எல்லைப் பயண மாணவர்களிடம் அச்சம்பவம் குறித்த அவர்களின் கருத்துகள் கேட்கப்படும். இது எங்களின் சிந்திக்கும் ஆற்றலையும் ஒரு சம்பவத்தை எப்படிப் பல கோணங்களில் அணுக முடியும் என்பதையும் எங்களுக்குக் கற்றுக் கொடுத்தது. மற்றும் ஒரு சம்பவம் குறித்து கருத்துக்கள் பல கோணங்களில் பகிரப்பட்டு அதிலுள்ள

நன்மை-தீமைகள் சுட்டிக்காட்டப்பட்டது உண்மையில் மகிழ்ச்சியளித்தது.

இந்த கலந்தாய்வுக் கூட்டங்களில் பகிரப்பட்ட உண்மைச் சம்பவங்களில் என்னை ஈர்த்த சம்பவம் மற்றும் பலரின் மனதில் ஒரு தாக்கத்தை ஏற்படுத்திய சம்பவம் குறித்து நான் இங்கே குறிப்பிட விரும்புகிறேன். அன்றைய நிகழ்ச்சியில் ஓர் உண்மை சம்பவம் பகுதியில் திரு வே.கிள்ளிவளவன் அவர்கள் கூறிய உண்மை நிகழ்வு, "1999 ஆம் ஆண்டு, மே மாதம் 30 ஆம் நாள். நாகப்பட்டினம் மாவட்டம் மங்கை மடத்தை அடுத்த கடற்கரையை ஒட்டியுள்ள ஒரு கிராமம் பெருந்தோட்டம். இக்கிராமத்தில் வசிப்பவர் நான்காம் வகுப்பு வரை படித்த தென்னை மரமேறும் கூலித்தொழிளாலி திரு கண்ணன். சீர்காழி அரசு மருத்துவமனையில் பிரசவத்திற்காக அனுமதிக்கப்பட்டிருந்த இவரது மனைவிக்கு 30.07.1999 அன்று அதிகாலை 4.30 மணிக்கு ஒரு ஆண் குழந்தை பிறக்கிறது. தங்களுக்கு குழந்தை பிறந்த சந்தோஷத்தில் ஐந்து மணிக்கு உற்சாகமாக தேநீர் வாங்கிவர அருகிலுள்ள ஒரு தேநீர்க் கடைக்கு சென்றவருக்கு அங்கே அரைமணி நேரத்தில் அவரது சந்தோஷம் அனைத்தும் காணாமல் போனது! டீக்கடையில் அன்றைய செய்தித் தாள்களில் வந்திருந்த செய்திகளைப் படித்து அங்கிருந்தவர்கள் உருக்கமாக ஏதோ பேசிக்கொண்டிருந்தனர். அது, கார்கில் போர் பற்றிய செய்தி! போர் முடிவுக்கு வந்த நிலையில் அங்கு உயிரிழந்த இராணுவத்தினரின் உடல்கள் அடையாளம் காணப்பட்டு அவர்களின் சொந்த ஊர்களுக்கு அனுப்பி வைக்கப்பட்டு வருகின்றன. அதில் மேஜர் சரவணன் அவரது உடலும் திருச்சி வருவது பற்றிய செய்திகள் இருந்தன. மே மாதம் 26ஆம் நாள் தொடங்கி ஜூலை 26 ஆம் நாள் வரை 2 மாதங்கள் நடைபெற்ற இந்தியா-பாகிஸ்தான் போரில் நமது நாடு வெற்றி பெற்று நமது பகுதிகளை காப்பாற்றியிருந்தது. ஆனால் அதற்குப் பல இராணுவ வீரர்கள் தங்களது உயிரைத் தியாகம் செய்திருந்தனர். அந்த வலியுடன் வீடு திரும்பியவர் அதை நிறைமாத கர்ப்பிணியாக இருந்த தனது மனைவியிடம் கூறி அசைபோட்டுக் கொண்டிருந்தார். 30.07.1999 அன்று அவர்களுக்கு ஓர் ஆண் குழந்தை பிறக்கிறது. அவர் எந்த வித யோசனையும் இன்றி அந்த குழந்தைக்கு "கார்கில்" என்று பெயர் சூட்டிவிடுகிறார்! ஜாதகம், ஜோதிடம், நட்சத்திரம், ராசி பலன், என்று நம்பிக்கை நிறைந்த அந்த கிராமத்தில், தனது தனது குழந்தைக்கு உறுதியாக அந்தப் பெயரை வைக்கிறார்.

அவரிடம் திரு கிள்ளிவளவன் அவர்கள், "ஐயா, வேறு ஏதாவது பெயர் வைக்காமல் ஏன் கார்கில் என்ற பெயரை உங்கள் குழந்தைக்கு வைத்தீர்கள்?" என்று கேட்டதற்கு அவரின் பதில், "நாம் இங்க இப்படி நல்லா அமைதியா இருக்கிறோம், நாமெல்லாம் இங்க சுகமாக இருக்க அங்க நாட்டோட எல்லையில அவங்க எப்படியெல்லாம் உயிரைத் தியாகம் செய்து நம்மைக் காத்துக்கிட்டு இருக்காங்க. இதை ஒரு சேதியா கேட்டுபுட்டு அடுத்த வேலையைப் பார்த்துட்டுப் போக என்னால முடியலை. என் உசிரு இருக்குற வரை அந்த நன்றி உணர்வு என்னோட நாவுலயும் மனசுலயும் இருக்கணும்னு முடிவெடுத்துதான் இந்த பெயரை என் புள்ளைக்கு வைச்சேன்.

இதுதான் அந்த சம்பவம். இதைக் கேட்டு அனைவரும் ஆச்சரியத்திற்கு உள்ளானோம். மேலும் நாங்கள் அனைவரும் இது குறித்து கருத்துகளையும் பகிர்ந்து கொண்டோம். இச்சம்பவம் எங்களுக்குள் ஒரு நல்லதாக்கத்தை ஏற்படுத்தியது!

பயணத்திற்கான தயாரிப்புப் பணிகள்:

இப்பயணத்துக்கு நாங்கள் தேர்வாகி வாராந்திர கலந்தாய்வுச் சந்திப்புகள் நடைபெறத் தொடங்கியது முதல் ஒவ்வொரு சந்திப்புகளிலும் எங்களுக்குப் பயணத்தில் செல்ல உள்ள இடங்கள் குறித்தும் அது சார்ந்த தகவல்கள் தெரிந்து கொள்வது, தகவல்களைச் சேகரிப்பது உள்ளிட்ட பணிகள் வழங்கப்படும். இதன் மூலம் நாங்கள் பயணத்திற்கு முன்பே அந்த இடங்களின் முக்கியத்துவத்தை உணர்ந்து கொள்ள முடிந்தது. இப்பணிகளை முடித்து அடுத்த வாராந்திர சந்திப்பில் அது குறித்த முன்னேற்றத்தை நாங்கள் தெரிவிக்க வேண்டும். இதில் ஒவ்வொரு மாணவருக்கும் தனித்தனியாகத் தலைப்புகளும் பணிகளும் வழங்கப்பட்டன. உதாரணமாக ஒரு முறை வாகா எல்லை குறித்து தகவல்கள் முழுமையாகச் சேகரிக்க வேண்டும் என்று ஒரு மாணவருக்கு பணி வழங்கப்பட்டது. அந்த மாணவர் வாகா எல்லை குறித்தும் அதன் வரலாறு குறித்தும் அதன் சிறப்புகள் குறித்தும் தகவல்களை முழுமையாகச் சேகரித்து அடுத்த கலந்தாய்வுச் சந்திப்பில் அது குறித்துப் பகிர்ந்து கொண்டார்.

பயணம் என்றால் என்ன? ஓரிடத்தில் இருந்து மற்றொரு இடத்திற்குச் செல்வதா? பயணம் மேற்கொள்வது எளிதா? இல்லை நினைத்ததும் தான் பயணம் மேற்கொள்ள முடியுமா? நாம் பயணம் மேற்கொள்ள சில காரணங்கள் இருக்கலாம் ஆனால் பயணத்தில்

நம் அனைவரின் எதிர்பார்ப்பும் ஒரு மன நிறைவும் எப்படி இருக்க வேண்டும்? என்ற அனைத்து கேள்விகளுக்கும் இந்த கலந்தாய்வுச் சந்திப்புகளில் விடைகள் கிடைத்தன. அதைத் தேடியே நாம் செல்கிறோம் என்ற தெளிவும் கிடைத்தது.

முடிவும் இடையூறும் முற்றியாங்கு எய்தும்
படுபயனும் பார்த்துச் செயல். *(குறள் எண்:676)*

வினைசெயல்வகை அதிகாரத்தில் குறிப்பிடப்படும் குறளின்படி, எங்கள் எல்லைக்கு ஒரு பயணம் திரு.சுகுமாரன் ஐயா அவர்களின் தலைமையில் இனிதே தொடங்க இருந்தது நாளுக்கு நாள் ஆர்வத்தை தூண்டியது.

மேலும் இப்பயணத்திற்கு நாங்கள் எடுத்துச் செல்ல வேண்டிய பொருட்கள் என ஒரு பட்டியல் தரப்பட்டது. அதில் சோப்பு, உடுத்த துணிகள் என 27 வகையான பொருட்கள் இடம்பெற்றிருந்தன. இந்த அனைத்து பொருட்களையும் நாங்கள் ஒவ்வொன்றாக சேகரித்து எடுத்துச் சென்றோம். இதை ஒவ்வொரு வாரமும் எந்த பொருள் சேகரித்துள்ளோம் எது நிலுவையில் உள்ளது என்பதை நாங்கள் தெரியப்படுத்துவோம்.

சிறப்பு விருந்தினர்கள் அறிமுகம்:

வாராந்திர கலந்தாய்வு நிகழ்ச்சியில் கலந்து கொள்ளும் சிறப்பு விருந்தினர்கள் பற்றிய அறிமுகம் இப்பகுதியில் இடம்பெற்றிருக்கும். அந்த அறிமுகமானது அவர்களைப் பற்றி நிகழ்ச்சியில் கலந்து கொண்ட அனைவரும் தெரிந்து கொள்ளும் வகையில் சுருக்கமாகவும் சிறப்பாகவும் இருக்கும்.

சிறப்பு விருந்தினர்களின் சிறப்புரை:

அதன் பிறகு நிகழ்ச்சிக்கு வருகை தந்துள்ள சிறப்பு விருந்தினர்கள் தங்களது வாழ்வின் மகத்தான அனுபவங்களையும் இந்த எல்லைப் பயணத்தின் முக்கியத்துவத்தையும் உணர்த்தும் வகையில் சிறப்பான கருத்துக்களை வழங்கி எங்களை மேலும் ஊக்கமூட்டிய பகுதி இது. பல்வேறு துறைகளைச் சார்ந்த முக்கிய ஆளுமைகள் கலந்து கொண்ட இந்த வாராந்திர சந்திப்புகளில் பல படிப்பினைகள் எங்களுக்குக் கிடைத்தன. அவற்றில் குறிப்பாக ஒன்றை இங்கு குறிப்பிட விரும்புகிறேன். ஒரு வாராந்திர கலந்தாய்வு நிகழ்ச்சியில் கலந்து கொண்ட சிறப்பு விருந்தினர் திரு குப்புசாமி அவர்கள் பேசும்போது, தான் ஒருமுறை இராஜஸ்தான் மாநிலத்திலுள்ள

இந்தியா-பாகிஸ்தான் எல்லையில் நமது நாட்டைக் காக்க சுட்டெரிக்கும் வெயிலில் பாதுகாப்புப் பணியில் ஈடுபட்டிருக்கும் எல்லை பாதுகாப்புப் படையினரின் நிலையை நேரில் பார்த்த தனது அனுபவத்தை பகிர்ந்து கொண்டது எங்களை மனமுருகச் செய்தது. இந்த சம்பவம் மிகவும் அனைவருக்கும் நெகிழ்ச்சியாகவும் மனதில் ஆழமாகவும் பதிந்து விட்டது.

ஆசிரியர்கள் மற்றும் பெற்றோர்களின் கருத்துப் பகிர்வு:

இப்பகுதியில் இப்பயணம் குறித்தும் இப்பயணத்திற்கான இந்த வாராந்திர சந்திப்புகளில் கலந்து கொண்ட சிறப்பு விருந்தினர்களின் சிறப்புரை குறித்தும் எங்களின் ஆசிரியர்களும் பெற்றோர்களும் அவர்களின் கருத்துக்களைப் பகிர்ந்து கொண்டனர். இந்நிகழ்ச்சியில் அவர்கள் பார்த்து மகிழ்ந்தவற்றை தங்களது கருத்துக்களோடு பகிர்ந்து கொள்வார்கள்.

நன்றியுரை:

நிகழ்ச்சியின் இறுதியில் அதில் கலந்து கொண்ட அனைவருக்கும் மகிழ்ச்சி தெரிவித்து நன்றி தெரிவிக்கும் விதமாக நன்றியுரை பகுதி இருக்கும். இந்த நன்றியுரையை பெரும்பாலும் யாராவது ஒரு மாணவரே வழங்குவார்கள்.

நிகழ்ச்சித் தொகுப்பு:

இந்த வாராந்திர கலந்தாய்வு நிகழ்ச்சிகளைச் சுவாரசியமாகவும் அழகாகவும் மாற்றுவது இந்நிகழ்ச்சியைத் தொகுத்து வழங்குபவர்களின் தொகுப்புரையாகும். நாங்கள் பேசும் போது விடுபட்ட தகவல்களை விட்டு விடாமல் எடுத்துக் கொடுத்தும் நாங்கள் தடுமாறும் போது எங்களைத் தட்டிக் கொடுத்தும் எங்களின் பேச்சுத் திறமையையும் நிகழ்ச்சியின் சுவாரசியத்தையும் கூட்டும் ஒரு அன்னை போல இந்த நிகழ்ச்சி தொகுப்பாளரின் தொகுப்புரை இருக்கும். நிகழ்ச்சியைப் பெரும்பாலும் ஆசிரியர்களே தொகுத்து வழங்குவார்கள். சில நிகழ்ச்சிகளை மாணவர்களும் தொகுத்து வழங்கியதுண்டு. குறிப்பாகத் திருமதி பூங்குழலி ஆசிரியை அவர்களின் தொகுப்புரை எங்கள் அனைவருக்கும் நம்பிக்கை தந்து ஊக்கமூட்டும் வகையில் இருந்தது என்றால் அது மிகையாகாது.

எல்லைப் பயணம் ஓர் எல்லை இல்லா பயணம். மனதில் தோன்றும் ஓர் அற்புதப் புதினம். ஜெய்ஹிந்த்!

4. இனிய இரயில் பயண அனுபவம்

– மாணவர் ஜோ. சுபாஷ்.

இரயில் ஏறும் போது:

நிமிர்ந்த நன்னடையோடும், நேர் கொண்ட பார்வையோடும் எல்லையில்லாத மகிழ்ச்சியோடும், எல்லைப் பயணம் செல்ல 30.10.2022 அன்று மாலை ஆறு மணி அளவில் சென்னை சென்ட்ரல் இரயில் நிலையத்திற்கு வந்து சேர்ந்தோம். மேலும் பயணத்திற்கு வரும் எனது நண்பர்களுக்கு ரயில் ஏறும் இடத்தை அலைபேசியின் மூலம் வழிகாட்டியது மிகவும் மகிழ்ச்சியாக இருந்தது. நாங்கள் அனைவரும் மிகவும் ஆர்வமாக இருந்தோம், எங்களது பெற்றோர்கள் மிகவும் பெருமையுடன் இருந்தனர். நாங்கள் அனைவரும் ஒன்றாகப் பேசியது போல் எங்கள் பெற்றோரும் ஒன்றாகக் கூடி நண்பர்கள் போல் பேசினர். அனைவரும் இரயில் நிலையத்திற்கு வந்து விட்டோம். இரயில் நிலையத்தில் வரிசையாக அமர்ந்து, எங்களது அறிமுகத்துடன் வழியனுப்ப வந்தவர்கள் பேச ஆரம்பித்தனர். மேலும் எங்கள் ஆசிரியர்களின் முகத்தில் அளவற்ற சந்தோஷத்தையும் கண்டோம், எங்களது நோக்கத்தையும் திறமையையும் ஆசிரியர்கள் ஆர்வமுடன் கேட்டுத் தெரிந்து கொண்டார்கள்.

எல்லைப் பயணத்தின் நோக்கத்தை எங்களுக்கு ஆசிரியர்கள் தெளிவாக எடுத்துக் கூறினர். எங்களை விட ஆசிரியர்கள் மிகவும் ஆர்வத்துடன் இருந்தனர். இரவு நாங்கள் செல்லும் தமிழ் நாடு எக்ஸ்பிரஸ் இரயிலும் வந்தது. அந்த நடை மேடைக்குச்

அமிர்தசரஸ் இரயில்நிலையத்தில் 2.11.2022 நள்ளிரவு 2 மணிக்கு அன்றைய எல்லைப் பயண அனுபவங்களை பதிவு செய்யும் மாணவர்கள்

இரயில் பயணத்தின்போது கலந்துரையாடல்

செல்லும்போது எங்களுக்குச் சுமையாக இருக்கக் கூடாது என்று எங்கள் பெற்றோர் நாங்கள் எடுத்து வந்த பைகளை அவர்கள் தலையில் சுமந்து வந்தனர். அப்போது எனக்கு "எங்கள் பெற்றோரின் தலையில் இருக்கும் பாரத்தைக் குறைத்து அவர்களின் காலில் மெதுவான காலணியாக இருக்க வேண்டும் என்று தோன்றியது". இரயில் கிளம்பும்போது எங்களை ஏக்கத்திலும் பெருமையுடன் எங்கள் பெற்றோர்கள் மற்றும் ஆசிரியர்கள் வழி அனுப்பி வைத்தார்கள்.

இரயிலில் ஏறியதும் நிகழ்ச்சி நிரல்படி எங்கள் பயணம் குறித்து முழு விவரம் தெரிவிக்கப்பட்டது. அதைத் தொடர்ந்து பாதுகாப்பான இரயில் பயணத்திற்கு நாங்கள் பின்பற்ற வேண்டிய வழிமுறைகள், குறிப்புகளை திரு.சுகுமாரன் ஐயா எங்களுக்குத் தெளிவாகக் கூறினார். அதன் பிறகு இரவு உணவு, குடும்பமாய் அமர்ந்து கூட்டாஞ்சோறு போல் நாங்கள் எடுத்து வந்த உணவைப் பகிர்ந்து உண்டோம்.

31.10.2022 அன்று காலையில் எழுந்தவுடன் 'குட்மார்னிங்' என்ற வார்த்தையைத் தவிர்த்து 'ஜெய்ஹிந்த்' என்று மற்றவர்களுக்குக் கம்பீரமாகச் சொல்லி வணங்கினோம். அந்தச் சத்தத்தில் அருகில் தூங்கிக் கொண்டிருந்தவர்கள் எழுந்து வியப்புடன் எங்களைப் பார்த்தனர் என்பது கூடுதல் தகவல். அன்றைய தினம் அந்த இரயில் பெட்டியை எங்கள் வாழ்வில் நாங்கள் கண்டிராத ஒரு புதுமையான, மனதைச் சுண்டியிழுக்கும் வகுப்பறையாக மாற்றிவிட்டனர் எங்கள் எல்லைப் பயண ஒருங்கிணைப்பாளர்கள். ஏனென்றால் அன்றைய தினம் நாங்கள் கீழ்க்கண்ட தலைப்புகளில் பேசியது வேறு ஒரு உலகத்திற்கே சென்று வந்தது போல இருந்தது. அப்படிப்பட்ட புதிய ஆனால் புரிந்து கொள்ளவேண்டிய விஷயங்களைப் பற்றி

எங்கள் முன்வைத்து எங்களின் தயக்கம் தாண்டி மனதைத் திறந்து பேசக் கற்றுக் கொடுத்தனர். அனைவரும் அன்று அச்சம் தவிர்த்து பேசத் தொடங்கினோம். நாங்கள் பள்ளி, கல்லூரி மாணவர்கள் என்பதைத் தாண்டி அவற்றில் கலந்து போனோம்!

31.10.2022 அன்றைய தினத்தைப் பயனுள்ள வகையில் மாற்ற திரு சுகுமாரன் ஐயா அவர்கள் அன்றைய நிகழ்ச்சி நிரலை முன்னாள் இரவு காண்பித்தார். அதன் விவரம்,

1)காலையில் எழுந்து தயாராதல்,

2)தேநீர் இடைவேளை,

3)இரயில் பயணம் &அதன் சிறப்புகள் - கருத்துப் பகிர்வு

4)பயணங்களைப் பதிவு செய்தல்- தெளிவுரை

5)காலை உணவு

6)புத்தகம் எழுதுவது குறித்த வழிகாட்டல்

7)சூழ்நிலைக் காட்சி/சம்பவம் பற்றிய கருத்துப் பகிர்வு

8)தேநீர் இடைவேளை

9)கல்விச் சுற்றுலா சென்ற அனுபவம் - கருத்துப் பகிர்வு

10)புத்தக வாசிப்பு- சமீபத்தில் படித்த புத்தகத்தின் கருத்துப் பகிர்வு

11)எனது குடும்பம் - ஓர் அறிமுகம்

12)நமது பெற்றோரின் அர்ப்பணிப்பு –அனுபவம்/கருத்துப் பகிர்வு

13)நம் வாழ்வில் நாம் செய்த நல்ல செயல்/சாதனை - அனுபவப் பகிர்வு

14)திறமைத் தேடல் – நமது திறமை குறித்து பகிர்ந்து கொள்ளுதல்

15)ஆர்வம், இலட்சியம், நோக்கம் –வேறுபாடு

16)நமது ஆர்வம், இலட்சியம், நோக்கம் என்ன?- க ரு த் து ப் பகிர்வு

17)மதிய உணவு இடைவேளை

18)தமிழகம் தாண்டிய இந்தியா - கருத்துப் பகிர்வு

19)இந்திய சுதந்திரப் போராட்ட வரலாறு - கருத்துப் பகிர்வு

20)விடுதலை வேள்வியில் தமிழகம் - கருத்துப் பகிர்வு

21)இந்தியா – சுதந்திரத்திற்கு முன்னும் பின்னும் - கருத்துப் பகிர்வு

22)தேநீர் இடைவேளை

23)தமிழகம் – சுதந்திரத்திற்கு முன்னும் பின்னும்

24)இன்றைய நிகழ்வுகளைப் பதிவு செய்தல்

25)இன்றைய நிகழ்வுகள் குறித்த கருத்துப் பகிர்வு

26)மாணவர்களின் எழுத்துகளைச் சரிபார்த்தல்

27)இரவு உணவு இடைவேளை

28)நாளைய நிகழ்வுகள் பற்றிய அறிவிப்பு

29)வீட்டுக்கு போன் பேசுதல்

30)பாதுகாப்பான இரயில் பயணத்திற்கான வழிமுறைகள்

31)உறக்கம்

இப்படி ஒவ்வொரு தலைப்பும் அந்தத் தலைப்பில் கலந்துரையாடலும் எங்களைப் புரட்டிப் போட்டன. மாணவர்கள் பேசி முடித்த உடன் மற்ற மாணவர்கள் கேள்வி கேட்டல், கருத்துக் கூறுதல், பாராட்டுதல் போன்றவற்றை நாங்களே செய்தது ஒரு மாணவனாகவும் ஆசிரியராகவும் வாழ்ந்தது போல் இருந்தது. மாணவர்களாகிய நாங்கள் எங்களுக்குத் தெரிந்தும் தெரியாமலும் நல்லது செய்து கொண்டு இருக்கிறோம் என்று இந்தக் கலந்துரையாடல்

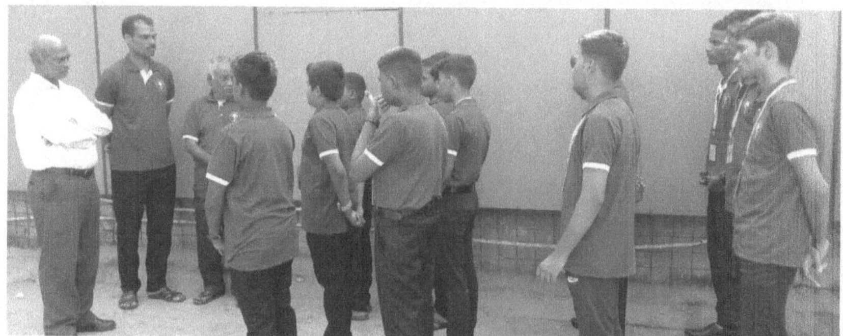

புதுடெல்லி இரயில்நிலையத்தில் திரு சுப. முத்துவேல் அவர்கள் மாணவர்களுக்கு வாழ்த்து தெரிவித்தபோது

மூலமாக எங்களுக்குத் தெரியவந்தது. சில தலைப்புகளின் அனுபவங்களை மட்டும் இங்கு பகிர்ந்து கொள்ள விரும்புகிறேன்.

பெற்றோர்களின் தியாகம் என்று ஒரு தலைப்பு வந்தது அதில் எங்கள் மனம் உருகியது. எனது தாய் அவர்கள் வேலையை விட எங்களது வேலையையே அதிகமாகச் செய்கிறார், இதனை உணர்ந்த நான் இனி எனது ஆடையை நானே அலசிடுவேன்; நான் உண்ட பாத்திரத்தை நானே கழுவி வைத்து விடுவேன் என்ற உறுதியை மனதில் எடுத்துக் கொண்டேன்.

எங்களது கை வண்ணத்தில் புத்தகம். எங்களது பயணத்தையும் அனுபவத்தையும் ஒரு புத்தக வடிவத்தில் மாற்ற திரு க.ஷண்முகம் ஐயா அவர்கள் விளக்கமாய் கூறினார். நாங்கள் எழுதுவதற்கு அவர் கூறியதே முதல் படியாக இருந்தது. ஆர்வமே அனுபவமாய் மாறியது, அனுபவமே புத்தகமாய் மாறுகிறது அந்த தருணங்கள் மிகவும் மகிழ்ச்சியாக மாறின.

மனதைத் தொட்ட தருணங்கள்:

இளம் தலைமுறைக்கு எடுத்துக்காட்டானார் திரு. சுகுமாரன் ஐயா அவர்கள். இவரது உடல்நிலை ஒத்துழைக்காத போதும் மனம் தளராமல் எங்களுக்காக இவர் எடுத்துக்கொண்ட முயற்சிகள் எங்களை வியக்க வைத்தன. 60 வயதிற்கு மேல் ஆனால் நம்மை வயதானவர்கள் என்று கூறுவார்கள், ஆனால் 60 வயதுக்கு மேல் வயது ஒன்றிலிருந்து துவங்கும் என இவர் நிருபித்து விட்டார். கூட்டுக் குடும்பத்தைப் பற்றி திரு. தனபாலன் ஐயா அவர்கள் எங்களிடம் கேட்டார், நாங்கள் அனைவரும் மகிழ்ச்சியுடனும் பெருமையுடனும் கூறினோம். ஒரு மாணவன் அவனுக்கு உறவினர்கள் யாரும் இல்லை என்று கூறிய போது ஐயா அவர்கள் உனக்கு உறவினர்கள் யாரும் இல்லை என்று நினைக்க வேண்டாம் பயணத்தை முடித்துவிட்டு செல்லும்போது உனக்கு 19 குடும்பங்கள் உறவாகக் கிடைக்கும் எனக் கூறியது மிகவும் உருக்கமாக இருந்தது. இரக்க குணம் என்பது, மனிதர்களிடத்தில் மட்டுமல்ல மிருகங்களிடத்திலும் காட்ட வேண்டும் என திரு. மார்த்தாண்டம் ஐயா கூறியது எங்களுக்கு ஓங்கி அடித்தது போல் இருந்தது. அதற்கு எடுத்துக்காட்டாக அவரும் குடும்பத்தினரும் வாழ்ந்து வருகின்றனர் என்பது அப்போது எங்களுக்கு தெரியவந்தது.

குடும்பமாய் பகிர்ந்து உண்ட உணவு: நாங்கள் எல்லாரும் ஒவ்வொரு வகையான உணவுகளைக் கொண்டு வந்தோம். எங்கள்

இல்லத்தில் நாங்கள் இரவு உணவு மட்டுமே ஒன்றாக அமர்ந்து உண்போம். ஆனால் பயணத்தில் நாங்கள் ஒவ்வொரு முறையும் ஒன்றாக அமர்ந்து உண்டோம். குடும்பத்தை விட ஒரு படி மேலே சென்று விட்டோம். எங்களது உறவு இமயமலை போல் உயர்ந்து நின்றது என்றுகூட சொல்லலாம்.

நெகிழி இல்லா பயணம்:

இரயில் பயணத்தில் நாங்கள் நெகிழிப் பைகளைப் பயன்படுத்தவே இல்லை என்பதை இங்கு சொல்ல விரும்புகிறேன். உணவும் இரயிலில் நாங்கள் வாங்கவே இல்லை. நாங்கள் வீட்டில் இருந்து கொண்டு வந்த உணவையே பகிர்ந்து உண்டோம். இதனால் எங்கள் உடல் நலம் நன்றாக இருந்தது. நெகிழிக் குவளை, பைகள் இல்லாத இரயில் பயணம் எங்களின் இந்தப் பயணம் என்பது ஒரு சாகசம் தான். நாங்கள் அதை பல தருணங்களில் உறுதியுடன் நிறைவேற்றினோம்.

தேவைக்கு மட்டும் பயன்படுத்திய தொலைபேசி:

இந்தப் பயணத்தில் நாங்கள் தொலைபேசியை எங்கள் பயண ஒருங்கிணைப்பாளர்களிடம் கொடுத்து விட்டு பயணித்தோம். காலையில் 10 நிமிடம் பெற்றோர்களிடம் பேசிவிட்டு தொலைபேசியை வைத்து விடுவோம். அடுத்து இரவு எட்டு மணி அளவில் எங்களது பெற்றோருக்குத் தொலைபேசியின் மூலம் தொடர்பு கொள்வோம். இந்த நேரங்களில் மட்டுமே எங்கள் தொலைபேசி எங்களிடம் இருந்தது. இப்படித் தேவைக்கு மட்டும் நாங்கள் தொலைபேசியை பயன்படுத்தியதால் அது தொல்லைபேசியாக இருக்கவில்லை.

அடுத்த நாள் எப்பொழுது விடியும் என ஆர்வத்துடன் காத்துக் கொண்டிருந்தோம். எப்போது டெல்லி செல்வோம், எல்லைக்குச் செல்வோம், எல்லை பாதுகாப்புப் படை வீரர்களைப் பார்ப்போம் என்று ஆர்வத்துடனும் சந்தோஷத்துடன் காத்துக் கொண்டிருந்தோம். கற்பனையில் எங்களைச் சுற்றியுள்ளவர்கள் எல்லாம் எங்களுக்கு எல்லை பாதுகாப்பு வீராராய்த் தெரிந்தனர். இராணுவ வீரர்களுக்காக இரண்டு மாதத்திற்கு முன்பே கடிதம் சேகரித்தோம். பள்ளி மாணவர்களிடையே விழிப்புணர்வை ஏற்படுத்தினோம். அது ஒரு நல்ல அனுபவமாக இருந்தது. நான் இராணுவத்தில் இல்லை என்றாலும் எல்லை பாதுகாப்புப் படை வீரர்களைப் பற்றி பேசியது அங்கு வசித்தது போல் தோன்றியது எனக்கு. வீரர்களைப் பற்றி

புத்தகம் எழுதப் போகிறோம் என்று சொன்னவுடன் ஒரு ராணுவ வீரராக மாறினோம். அடுத்து ஒரு புத்தக ஆசிரியராய் மாறினோம், ஒரு அனுபவத்தைத் தேடி செல்கிறோம். நான்தான் ஆர்வத்துடன் காத்துக் கொண்டிருக்கின்றேன் என்று நினைத்தால் எனது நண்பர்கள் மேலும் அதிகமாக ஆர்வத்தைத் தூண்டுகிறார்கள் எல்லை பாதுகாப்புப் படை வீரர்களை எப்போது பார்ப்போம் என்று.

மறுநாள் காலையில் தூக்கத்திலேயே டெல்லி வந்து விட்டோமா என்று எழுந்தோம், ஆனால் டெல்லி வரவில்லை ரயில் இரண்டு மணி நேரம் தாமதமாகச் செல்லும் எனக் கூறினார்கள். ஆனால் நாங்கள் எங்களது பொருட்களை எல்லாம் எடுத்துக் கொண்டு ஆர்வத்தோடு தயாராக இருந்தோம். டெல்லியில் கால் வைத்தவுடன் எங்களது ஆர்வம் உச்சந்தலைக்கு ஏறியது எப்பொழுது எல்லைக்குச் செல்வோம் என்று. நாங்கள் எடுத்து வந்த கடிதங்களை நாட்டின் எல்லையில் உள்ள வீரர்களுக்குக் கொடுப்போம் என்று, அவர்கள் முகத்தில் புன்னகையைக் காண்போம் என்று ஆர்வத்துடன் காத்துக் கொண்டிருந்தோம்!

இரயில் பயணம் என்றாலே பாடல் மற்றும் ஆட்டம் பாட்டம் என்று செல்வார்கள் ஆனால் நாங்கள் இரயில் பயணத்தில் தேடல் ஒன்றையே முன்வைத்துச் செல்லும் சிறந்த மாணவர்களாகத் திகழ்ந்தோம். இது இரயிலில் வந்தவர்களுக்கு ஒரு விழிப்புணர்வை ஏற்படுத்தியது போல் இருந்தது. ஜெய்ஹிந்த்!

விழித்துக்கொண்டோம்!

பயண நோக்கத்தை முடிவு செய்தோம்

பயண வேலைகளை தொடங்கச் செய்தோம்

எல்லை பற்றிய தகவல்களைத் தெரிந்து கொண்டோம்

சவால்களை முறியடித்தோம்

சாதனை படைக்கச் சலிக்காமல் உழைத்தோம்

கடைசி நாள் வரை அதனை நினைத்தே படுத்துறங்கினோம்!

விழித்துக்கொண்டோம்! உறக்கத்திலிருந்து மட்டுமல்ல...

வாழ்வில் உயர்வதற்கும்தான்!!

– மாணவன் த.கோகுல கிருஷ்ணன்

5.விடுதலை வீரர்கள் இரத்தம் சிந்திய பூமி – ஜாலியன் வாலாபாக் நினைவிடம்
(Jallianwala Bagh massacre)

– மாணவன் ரா. லோகேஷ்

'எல்லைக்கு ஒரு பயணம்' இந்தப் பயணத்தில் எனக்கும் ஒரு வாய்ப்பு கிடைத்ததை எண்ணி மிகவும் மகிழ்ச்சி அடைந்தேன். இந்தப் பயணம் என் வாழ்வில் மகத்தானதொரு பயணம் என்று நான் கருதுகிறேன். இந்தப் பயணமானது எனக்குள் பலவிதமான எதிர்பார்ப்புகளை ஏற்படுத்தியது. அதிலும் நம் இந்திய மண்ணில் நான் பார்க்க வேண்டும் என எண்ணிய மிகவும் மதிக்கத்தக்க இடமாகக் கருதியது ஜாலியன் வாலாபாக் பூங்கா. நாங்கள் அனைவரும் 2022 நவம்பர், இரண்டாம் தேதி அன்று காலை 10 மணிக்கு இங்கு சென்றோம். 'பூங்கா' என்றதும் சிலரின் நினைவில் வருவது நடைப் பயிற்சி செய்யும் இடம் அல்லது குழந்தைகளுடன் விளையாடி மகிழும் இடம் என்பதுதான். ஆனால் ஜாலியன் வாலாபாக் பூங்கா என்பது 'விடுதலைக்காக வியர்வை சிந்திய இடம் அல்ல விடுதலைக்காக இரத்தமே சிந்திய இடம்.' பூங்கா என்றால் பலவித பூக்கள் பூத்துக் குலுங்கும் இடமாகத்தான் இருக்கும். ஆனால் இந்த ஜாலியன் வாலாபாக் பூங்காவிலோ பலவித பூக்கள் தன் உயிரை உதிர்த்த இடமாக உள்ளது. அந்த இடத்தில் நான் பயணித்த போது எனக்குள் ஏற்பட்ட பயண அனுபவங்களை பகிர்ந்து கொள்ள என்னுடன் பயணத்தைத் தொடருங்கள். வாருங்கள், ஜாலியன் வாலாபாக் பூங்காவின் வாயிலுக்கு முன்பு வெண்மை நிறத்தில் ஒரு சிறிய கோபுரம் போன்ற அமைப்பில் பலரின் முகங்கள் மட்டும் கொண்டு அது வடிவமைக்கப்பட்டு அதன் நடுவில் ஒரு விளக்கும் எரிந்து கொண்டிருந்தது.

அதனைப் பார்த்துவிட்டு ஜாலியன் வாலாபாக் பூங்காவின் குறுகிய நுழைவாயில் வழியே நானும் என் பயணக் குழுவினரும் இரண்டு இரண்டு பேராக வரிசையாக உள்ளே சென்றோம். அந்த வாயிலின் வழியே நாங்கள் நடந்து செல்லும் போது அங்கு ஒரு மெல்லிய இசை ஒலித்துக் கொண்டிருந்தது அந்த இசையுடன்,

ஜாலியன் வாலாபாக் நினைவிடத்தில் உள்ள கிணறு

சுவரின் இரு பக்கங்களிலும் சிறந்த வேலைபாடுகளுடன் நன்கு அமைந்த மனித உருவங்கள் எங்களுடன் நடந்தும், பேசிக் கொண்டும் வருவதைப் போன்ற ஒரு உணர்வை ஏற்படுத்தியது. அது மட்டுமல்லாது, இப்படித்தானே அன்று 1919 ஆம் ஆண்டு ஏப்ரல் மாதம் 13ஆம் தேதி இந்த அமிர்தசரஸ் மக்களும் ஒருவருக்கொருவர் பேசிக் கொண்டும், சிரித்துக் கொண்டும் இந்த ஜாலியன் வாலாபாக் பூங்காவின் உள்ளே நுழைந்து இருப்பார்கள் என்று எனக்குள் தோன்றியது. வந்தவர்களில் பலர் உயிருடன் திரும்ப மாட்டோம் என கனவிலும் நினைத்துப் பார்த்திருக்க மாட்டார்கள் அல்லவா? என்று என் மனதில் நினைத்துக் கொண்டே உள்ளே சென்றவுடன் மிகப்பெரிய தூண் போன்றதொரு நினைவுச் சின்னம் பூங்காவின் நடுவில் அமைக்கப்பட்டிருந்தது.

அந்த நினைவுச் சின்னத்தைப் பார்த்து விட்டு இடது புறம் சென்றவுடன் கிணறு ஒன்று பார்ப்பதற்கு பெரியதாகவும், மிகவும் ஆழமாகவும் இருந்தது. தடுப்புச் சுவர் மற்றும் கண்ணாடி கொண்டு இந்த கிணறு பாதுகாக்கப்பட்டிருந்தது. இந்தக் கிணற்றில் குதித்து தான் போராட்டக்காரர்கள் 120 பேர் இறந்ததாக கூறப்படுகிறது. துப்பாக்கியால் சுடப்பட்டு இறப்பதை விட இந்தக் கிணற்றில் குதித்து தன்னைக் காத்துக் கொள்ளலாம் என நினைத்தார்களோ என்னவோ? அன்று அங்கு இருந்த மக்களின் மனநிலையை என்னால் நினைத்துப் பார்க்கவே முடியவில்லை. 'சுதந்திரம்

நமக்கென்ன சும்மாவா கிடைத்தது' என்பதை இங்கு வந்தால் அதை உணரும் வாய்ப்பு நிச்சயமாக அனைவருக்கும் கிடைக்கும். அங்கிருந்து முன்னோக்கிச் சென்றோம். அங்கு ஒரு உயரமான சுவர் இருந்தது. அங்கிருந்த சுவரில் 28 துப்பாக்கிக் குண்டுகள் துளைத்த அடையாளங்களைக் கண்டோம்.

இந்த உயரமான மதில் சுவரின் கற்களையே துப்பாக்கி குண்டுகள் இந்த அளவுக்கு துளைத்தது என்றால் அங்கிருந்த விடுதலைப் போராட்ட வீரர்களின் உடலை எந்த அளவிற்கு துளைத்திருக்கும் என்பதை நான் யோசித்துக் கொண்டு நடந்து கொண்டிருக்கும் பொழுதே வலது புறத்தில் இருந்த இன்னொரு சுவர் 36 குண்டுகளால் துளைக்கப்பட்டு இருந்தது.

இந்த மதில் சுவரில் உள்ள அடையாளங்களைப் பார்த்தால் பூங்காவின் வாயிற் புறத்தில் இருந்து பயங்கர ஆயுதங்கள் ஏந்திய பிரிட்டிஷ் இராணுவத்தினர் அகிம்சை வழியில் போராடிய நமது விடுதலைப் போராட்ட வீரர்களை நோக்கி கண்மூடித்தனமாக துப்பாக்கிச் சூடு நடத்தப்பட்டு இருக்க வேண்டும் என எனக்குத் தோன்றுகிறது. இந்த சுவருக்குச் சற்று முன்புறமாக ஒரு சிறிய கோயில் ஒன்று அமைந்திருந்தது அந்தக் கோயிலின் முகப்புப் பக்கத்திலும் 28 குண்டுகளாக துளைத்து இருந்தன. இந்த இடத்திலிருந்து தான் அன்று விடுதலைப் போராட்ட வீரர்கள் தாய் நாட்டிற்காக இரத்தம் சிந்திய அந்தப் புனித மண்ணை எங்கள் கைகளால் எடுத்துக் கொண்டு வந்தோம். இந்த மண்ணை எங்கள் வீடுகளிலும், பள்ளிகளிலும் பொக்கிஷமாகக் கருதி பாதுகாத்து வைப்போம்.

தியாகிகள் இரத்தம் சிந்திய புனித மண்ணை சேகரித்த மாணவர்கள்

அங்கிருந்து நடந்து எமது பயணக் குழு அனைவரும் அந்தப் பூங்காவில் இருந்த ஜாலியன் வாலாபாக் அணையா தீபத்திற்கு முன்பு நின்று இரண்டு நிமிடம் மௌன அஞ்சலி செலுத்தினோம். நாங்கள் கண் மூடி செலுத்திய இரண்டு நிமிட மௌன அஞ்சலியின் போது, இந்த இடத்தில்தானே 1919 ஏப்ரல் 13 அன்று துப்பாக்கிச் சூட்டின் சத்தமும், அதனால் போராட்டக்காரர்கள் உயிர் பிழைப்பதற்காக எழுப்பிய அலறல் சத்தமும் இந்த அமிர்தசரஸ் நகரத்தையே அதிர வைத்திருக்கும் என்று என் எண்ண ஓட்டத்தில் ஓடிக் கொண்டிருக்கும் போதே நெஞ்சம் கனத்தது. அதன் பிறகு அருகில் உள்ள புகைப்படக் கண்காட்சி அரங்கத்திற்குச் சென்றோம். அதில் பஞ்சாப் மாநிலத்தைச் சேர்ந்த விடுதலை வீரர்களின் பெயர்கள் புகைப்படத்துடன் வைக்கப்பட்டு இருந்தன. அதிலிருந்து சிலரின் பெயர்களை நான் இங்கு குறிப்பிட விரும்புகிறேன்.

1. லாலா லஜபதிராய்

2. கட்டார் சிங் சர்மா

3. மதன் லால் தின்காரா

4. ஆச்சார்சிங் சேனா

5. பி. இந்தர் சிங் வர்க்கா

6. பாபா குஜர் சிங்

7. பாபா கமக் சிங்

8. பாபா கேசர் சிங்

9. குலாப் கவுர்.

ஜாலியன் வாலாபாக் நினைவிடத்தில் 2 நிமிட மௌன அஞ்சலி செலுத்தியபோது

மாவீரன் உத்தம்சிங்கின் அஸ்தி

இந்த புகைப்படங்களைப் பார்த்துக் கொண்டே தொடர்ந்த போது அங்கு ஒரு திரையில் பகத்சிங் அவர்களின் வீரம் செறிந்த வரலாறு ஒரு குறும்படமாக காண்பிக்கப்பட்டது. அதைப் பார்த்து முடித்ததும். பக்கத்தில் ஒரு கண்ணாடிப் பெட்டியில் வெண்கல குடத்தில் ஒருவரின் அஸ்தி வைக்கப்பட்டிருந்தது. அதன் அருகிலேயே அவரது உருவப்படமும் இருந்தது. அவர்தான் உதம் சிங். யார் இந்த உதம் சிங்? கால்சா ஆதரவற்றோர் காப்பகத்தில் வளர்க்கப்பட்ட சீக்கிய பதின்ம பருவ இளைஞர்தான் இந்த உதம் சிங். இவர்தான் இந்த ஜாலியன் வாலாபாக் படுகொலை சம்பவத்தை தனது கண்களால் நேரில் கண்டவர். ஜாலியன் வாலாபாக் படுகொலைக்குப் பழி தீர்க்கும் விதமாக 1940 மார்ச் 30ஆம் தேதி லண்டனில் கான்ஸ்டன் அரங்கில் ஜாலியன் வாலாபாக் படுகொலை நடத்த ஆணை வழங்கிய பஞ்சாப் மாநில ஆங்கிலேய ஆளுநர் "மைக்கேல் ஓ டையரை" உதம் சிங் சுட்டுக் கொன்று பழி தீர்த்தார். அதனால் உதம் சிங் லண்டன் மாநகரில் "பெண்டன் வில்லே" சிறையில் தூக்கிலிடப்பட்டார். அவரின் அஸ்தி தான் இங்கு வைக்கப்பட்டுள்ளது. இந்த ஜாலியன் வாலாபாக் பூங்காவை பார்த்துவிட்டு வெளியே வரும் பொழுது, இந்திய விடுதலைப் போராட்ட வரலாற்றின் சிறப்புமிக்க இடத்தைப் பார்த்த இந்த நாள் தான் என் வாழ்நாளின் மகத்தான நாளாக கருதுகிறேன். ஜெய்ஹிந்த்!

6. ஆச்சரியமூட்டும் அட்டாரி-வாகா எல்லை
[Joint Check Post– Attari]

–மாணவன் நா.அப்துல் ரஹ்மான்

நாங்கள் அனைவரும் 2022 நவம்பர், இரண்டாம் தேதி அன்று ஆவலோடு எதிர்பார்த்திருந்த வாகா எனப்படும் அட்டாரி-வாகா எல்லைக்குப் பிற்பகல் 3.30 மணிக்கு சென்றோம். இந்த நிகழ்வைக் காண்பதற்குப் பொதுமக்களுக்கு எந்த ஒரு கட்டணமும் கிடையாது. மேலும் முதலில் வருபவர்களுக்கு முன்னுரிமை என்ற அடிப்படையிலேயே இருக்கைகள் ஒதுக்கப்பட்டன. நமது தமிழக மாணவர்களின் இந்த *Border Tour* குறித்து எல்லை பாதுகாப்புப் படையின் பிராந்திய தலைமை அலுவலகத்திற்குத் தகவல் தெரிவித்து அனுமதி பெற்றிருந்ததால் நாங்கள் முன்கூட்டியே இந்த இடத்தை காணப் போய்ச் சேர்ந்தோம்.

அமைவிடம்:

இந்தியாவின் வடமேற்குப் பகுதியில் அமைந்துள்ள பஞ்சாப் மாநிலத்தின் அமிர்தசரஸ் நகருக்கும், பாகிஸ்தானின் பஞ்சாப் மாகாணத்தில் உள்ள லாகூர் நகருக்கும் இடையில் அமைந்துள்ள

உலகப் புகழ்பெற்ற அட்டாரி-வாகா எல்லை

ஒரு சிறிய கிராமம்தான் வாகா எல்லையாகும். வாகா எல்லை இந்தியாவின் அமிர்தசரஸில் இருந்து 32 கிலோமீட்டர் தொலைவிலும், பாகிஸ்தானின் லாகூரில் இருந்து 24 கிலோமீட்டர் தொலைவிலும் அமைந்துள்ளதையும் வாகா எல்லையின் அமைவிடம் மற்றும் அதன் வரலாறு குறித்து எல்லைப் படைவீரர்கள் மற்றும் எங்கள் பயண ஒருங்கிணைப்பாளர்கள் கூறக் கூற மிகுந்த மகிழ்ச்சியோடு அந்த உரையாடல் நீண்டது.

'ராட்கிளிஃப் கோடு':

ஆங்கிலேயர்களின் ஆட்சியில் நூற்றாண்டுகளாக அடிமைப்பட்டுக் கிடந்த இந்தியா 1947-இல் விடுதலை பெற்றபோது இந்தியாவும் பாகிஸ்தானும் தனித்தனி நாடுகளாகப் பிரிக்கப்பட்டன. இரு நாடுகளுக்கும் ஒரு பொதுவான எல்லையை வகுத்துத் தருவதில் இங்கிலாந்தைச் சேர்ந்த சிரில் ராட்கிளிஃப் தலைமையில் ஒரு குழு செயலாற்றியது. அதனால் இன்று வரை இந்தியா பாகிஸ்தான் சர்வதேச எல்லைக் கோடு 'ராட்கிளிஃப் கோடு' என்று அழைக்கப்படுகிறது.

ஜாயின்ட் செக் போஸ்ட் அட்டாரி-வாகா எல்லை:

சுதந்திரத்திற்கு முன்பு இந்தியாவும் பாகிஸ்தானும் பிரிக்கப்படாமல் இருந்தபோது ஒருங்கிணைந்த பஞ்சாப் மாகாணத்தின் அமிர்தசரஸ் மற்றும் லாகூர் நகரங்கள் முக்கிய வர்த்தக மையங்களாகத் திகழ்ந்தன. மேலும் இந்த இரு நகரங்கள் வர்த்தக ரீதியாக நெருங்கிய

அணிவகுக்கும் இந்தியா-பாகிஸ்தான் இருநாட்டு எல்லைப்படை வீரர்கள்
Border Security Force (INDIA) and Pakistan Rangers (PAKISTAN)

தொடர்பு கொண்டிருந்தன. எனவே இந்தியா பாகிஸ்தான் பிரிவினைக்குப் பிறகு எல்லைக் கல் எண் 102 (Border Pillar No.102) அருகில் இந்த ஜே.சி.பி. அமைக்கப்பட்டது.

அட்டாரி – வாகா எல்லை கொடி இறக்கும் நிகழ்வு
(Beating the Retreat Ceremony):

அட்டாரி-வாகா எல்லையில் கொடியிறக்குதல் மற்றும் இருநாட்டு வீரர்களின் மிடுக்கான அணிவகுப்புப் (Retreat Ceremony Parade) பற்றி படைவீரர்கள் விவரித்துக் கூறியது மிகவும் அருமையாகவும் ஆர்வமாகவும் அமைந்தது. இங்கு நடைபெறும் Flag Lowering Ceremony எனப்படும் இருநாட்டு கொடிகளையிறக்குதல் என்பது மிகவும் புகழ் பெற்ற நிகழ்வாகும். நாங்கள் அனைவரும் இந்த நிகழ்வில் கலந்து கொண்டோம். அங்கு உள்ளே நுழைந்ததும் மக்களின் உற்சாகத்தையும் ஆரவாரத்தையும் நாங்கள் கண்டோம்.

அட்டாரி-வாகா எல்லையில் தினசரி இராணுவ அணிவகுப்புடன் கொடியிறக்கும் நிகழ்வு இருநாட்டு எல்லைப் பாதுகாப்புப் படைகளான இந்தியாவின் எல்லை பாதுகாப்புப் படையும் (BSF), பாகிஸ்தானின் பாகிஸ்தான் ரேஞ்சர்சும் (Pakistan Rangers) இணைந்து 1959 ஆம் ஆண்டு முதல் செய்து வருகின்றனர்.

பார்வையாளர்கள் மாடம்:

Beating the retreat Ceremony எனப்படும் இராணுவ அணிவகுப்புடன் கொடியிறக்கும் நிகழ்வு உலகளவில் புகழ்பெற்ற ஒன்று என்பதை கேட்டவுடன் மிகவும் பெருமிதமாக இருந்தது. இங்குள்ள பார்வையாளர்கள் மாடத்தில் (Viewers Gallery) ஒரே நேரத்தில் 25,000 பேர் மற்றும் பண்டிகை நாட்களில் சுமார் 40,000

வாகா எல்லையில் மூவர்ணக் கொடியுடன் தமிழக மாணவர்கள்

பேர் வரை அமர்ந்து இந்த அணிவகுப்பு நிகழ்வைப் பார்க்க முடியும் என்றார்கள். அந்த அளவிற்கு மிகவும் பிரம்மாண்டமான பார்வையாளர்கள் மாடம் அது.

பாகிஸ்தான் மாணவர்களின் வருகை:

பாகிஸ்தான் மக்களை நேருக்கு நேராக சற்று தூரத்தில் இருந்து பார்த்தது மனதிற்கு அவ்வளவு மகிழ்ச்சியைத் தந்தது. எங்களைப் போலவே பாகிஸ்தான் பள்ளி மாணவர்கள் பெருமளவில் இந்நிகழ்வைக் காண வந்திருந்தனர். மாணவர்கள் அனைவரும் அவர்களின் பள்ளிச் சீருடைகளில் வந்திருப்பதைப் பார்க்க முடிந்தது. இங்குதான் தினந்தோறும் இரு நாட்டு வீரர்களின் அணிவகுப்பு நிகழ்வு நடைபெறும் என்றும் இந்த அணிவகுப்பைப் பார்ப்பதற்கு இருநாட்டு எல்லைகளிலும் ஏராளமான மக்கள் கூடுவார்கள் என்றும் எங்கள் ஆசிரியர்கள் கூறக் கேட்டிருக்கிறேன். பல முறை தொலைக்காட்சிகளிலும் பார்த்திருக்கிறேன். இன்று அந்த இடத்தில் நான் இருப்பது உண்மையில் எனது உடல் புல்லரிப்பது போல உள்ளது.

விண்ணைத் தொடும் வீர முழக்கங்கள்:

அன்றைய தினம் அங்கு வந்திருந்த ஏராளமான மக்கள் கூட்டத்தைக் கண்டு நாங்கள் வியந்து நின்றோம். தினமும் மாலையில் சூரிய அஸ்தமனத்திற்கு இரண்டு மணி நேரங்கள் முன்பாகத் தொடங்கும் இந்த அணிவகுப்பில் இந்தியா மற்றும் பாகிஸ்தான் என இருநாட்டு எல்லைப்படை வீரர்களும் தங்களின் கம்பீரமான அணிவகுப்பை நடத்தினார்கள். இந்த அணி வகுப்பின் போது அங்கு கூடி இருந்த இருநாட்டு மக்கள் அனைவரும் மகிழ்ச்சியோடு ஆர்ப்பரித்து முழக்கங்கள் இட்டனர். பாகிஸ்தான் மக்கள், 'பாகிஸ்தான்

வாகா எல்லையில் BSF படையினருடன் கலந்துரையாடல்

ஜிந்தாபாத்' என்றும், இந்திய மக்கள், 'இந்துஸ்தான் ஜிந்தாபாத்' மற்றும் 'ஜெய்ஹிந்த்' என்றும் முழக்கமிட்டது அவர்களை உற்சாகப்படுத்தியது மட்டுமல்ல எங்களுக்கும் நாடி நரம்பெல்லாம் புது உற்சாகம் ஏற்படுவது போல இருந்தது!

பி.எஸ்.எப். வீரர்களின் சாகச நிகழ்வு:

இந்த அணிவகுப்பைப் பார்த்தபோது இதற்கு நமது இந்திய எல்லை பாதுகாப்புப் படை (BSF) வீரர்கள் எடுத்துக்கொண்ட கடினமான பயிற்சியும் நம் தேசத்தின் மீது அவர்களின் நேசமும் எப்படிப்பட்டது என்று நாங்கள் மெய்சிலிர்த்து நின்றோம். அணிவகுப்பு நடந்தபோது நாங்கள் அனைவரும் எடுத்துச் சென்றிருந்த நமது தேசியக்கொடிகளை ஏந்தியும் 'ஜெய்ஹிந்த்' என்ற நமது வீர முழக்கத்தை எழுப்பியும் கொண்டாடினோம்.

ஆண், பெண் - பாலினசமத்துவம்:

அணிவகுப்பு நடக்கும்போது நாங்கள் ஒன்றைப் புரிந்து கொண்டோம். அது, பாகிஸ்தான் மக்கள் நம் எதிரிகள் அல்ல என்பதும் இங்கு நடப்பது இரு நண்பர்களுக்குள்ளே நடக்கும் ஒரு ஆரோக்கியமான நிகழ்வு என்பதுதான். மேலும் இங்கு நடந்த ஒரு நிகழ்வு இந்தியக் குடிமக்களாய் எங்களைப் பெருமிதம் கொள்ள வைத்தது. இந்திய மக்கள் அனைவரும் ஆண், பெண் பேதம் இன்றி ஒரு தாய் வயிற்றுப் பிள்ளைகளென சகோதரத்துவ உணர்வுகளோடு ஒன்றாக அமர்ந்து இருந்தோம். ஆனால் பாகிஸ்தான் பக்கம் ஆண்கள் தனியாகவும் பெண்கள் தனியாகவும் இருப்பதைக் கண்டோம். இது நமது தாய்த்திரு நாட்டின் மீது இன்னும் தனி மரியாதையைத் தந்தது என்றுதான் சொல்ல வேண்டும்.

வாகா எல்லையின் பிரம்மாண்டமான பார்வையாளர்கள் அரங்கம்

வாழ்த்துக் கடிதங்களை வழங்கிய தருணம்:

விழா முடிந்ததும் நாங்கள் எடுத்துச் சென்றிருந்த வாழ்த்துக் கடிதங்களை பாதுகாப்புப் படைவீரர்களிடம் கொடுத்தோம். வாழ்த்துக் கடிதங்களைப் பெற்ற வீரர்களின் முகத்தில் தாயைக் கண்ட சேய் போல் அளவிலா மகிழ்ச்சி. அந்த கடிதங்களை ஒரு வீரர் தனது இரு கைகளாலும் வாங்கியது மறக்க முடியாத தருணம் ஆகும். அந்த மகிழ்ச்சியும் அவர்களின் முகமும் இன்றுவரை நெஞ்சத்தில் நீங்கா நினைவுகளுடன் அப்படியே இருக்கின்றன. நெடு நாட்களுக்குப் பின் தன் உறவுகளைக் கண்டு பூரித்தது போல் தங்கள் அனுபவங்களை எங்களோடு உற்சாகமாகப் பகிர்ந்து கொண்டனர். அவர்கள் வாழ்க்கை முறை, பயிற்சி, உணவு, கஷ்டம் என அத்தனையும் பகிர்ந்த போது எங்கள் கண்கள் மட்டும் அல்ல உள்ளமும் கலங்கி நின்றோம். சுதந்திரக் காற்றைச் சுகமாய் எந்தவித பயமும் இல்லாமல் நாம் சுவாசிக்க கடும் குளிர், பனி வெயில் என்று பாராது எல்லை காத்து நிற்கும் எல்லைச் சாமிகள் தான் இவர்கள் என்று சொன்னால் மிகையாகாது. இந்தத் தியாகச் செம்மல்களின் தனிமை உணர்வை சிறிதளவேனும் அகற்றி உள்ளோம் என்று நினைத்தோம். வீரர்கள் அவர்கள் படும் கஷ்டத்தை அனுபவங்களாகப் பகிர்ந்து கொண்டார்களே தவிர கஷ்டங்களாக அல்ல. அவர்கள் கொஞ்சம் ஆங்கிலம், கொஞ்சம் இந்தி என்று பேச, நாங்களோ இந்த இரண்டோடு கொஞ்சம்

வரவேற்கும் வாகா எல்லை

வாகா எல்லையில் இருநாட்டு கொடி இறக்கும் அணிவகுப்பு நிகழ்வை கண்டு ரசிக்கும் தமிழக எல்லைப் பயண மாணவர்கள்

தமிழையும் சேர்த்து பேசியது மகிழ்ச்சியாகவே இருந்தது. மொழி, மதம், மாநிலம் கடந்து 'நாம் அனைவரும் இந்தியர்' என்ற அந்த உணர்வுப்பூரவமான தருணம் எங்கள் வாழ்க்கையில் மறக்க முடியாத எங்களுக்குள் மாற்றத்தை ஏற்படுத்திய மகத்தான தருணம் ஆகும்!

முன்பதிவு செய்யும் வசதி :

அட்டாரி-வாகா எல்லையில் இந்த கொடியிறக்கும் (Retreat Ceremony) நிகழ்வைக்காண 2023 ஜனவரி ஒன்றாம் தேதி முதல் இணையதளத்தில் முன்பதிவு செய்யும் வசதி அறிமுகப்படுத்தப்பட உள்ளது. வாகா எல்லைக்கு நேரில் சென்று பார்க்க விரும்புபவர்கள் இந்த இணையதளத்தில் சென்று முன்பதிவு செய்யும் வசதி அறிமுகப்படுத்தப்பட்டுள்ளது. http://attari.bsf.gov.in

7. தியாகிகளின் பூமி உசைனிவாலா எல்லை
(JCP Hussainiwala)

- மாணவன் த.ஸ்ரீராம்

வாகா எல்லை போன்றே உசைனிவாலா எல்லையும் நமது நாட்டின் புகழ்பெற்ற இடமாகும். இங்கே வரும் பொழுது என் மனதில் எல்லைப் பாதுகாப்புப் படையினருடன் நீண்ட நேரம் பேச முடியுமா? என்ற கேள்வியும், சிறிது நேரம் தான் இருப்போம் என்ற எண்ணமும் தோன்றியது. அவர்களுக்கு நாங்கள் கொண்டு வந்த கடிதங்கள் மகிழ்ச்சி அளிக்குமல்லவா என்றும் தோன்றியது. இது வரலாற்றுச் சிறப்புமிக்க எல்லை என்பதால் இன்னும் ஆர்வம் அதிகமாக இருந்தது. நாங்கள் அனைவரும் 03.11.2022ஆம் தேதி அன்று பிற்பகலில் இங்கு சென்றோம். இந்த எல்லையானது பஞ்சாபின் பிரோஸ்பூர் நகரத்திலிருந்து 12 கிலோமீட்டர் தொலைவில் உள்ளது. இது சட்லஜ் ஆற்றின் கரையில் அமைந்துள்ளது. இந்த எல்லை பாகிஸ்தானின் எல்லையில் உள்ள கந்தாசிங் வாலா கிராமத்திற்கு நேர்எதிரே உள்ளது.

இது இந்தியாவிற்கும் பாகிஸ்தானிற்கும் இடையேயான ஒரு சர்வதேச எல்லை கடப்பாகும் (Joint Check Post). இந்த எல்லைக்கடப்பு இப்போது பயணிகளுக்கு மூடப்பட்டுள்ளது. இருப்பினும் Retreat ceremony எனப்படும் கொடியிறக்கும் அணிவகுப்பு நிகழ்ச்சி தினமும் நடத்தப்படுகிறது. 1970 வரை இது இந்தியாவிற்கும் பாகிஸ்தானிற்கும் இடையேயான பிரதான சாலையாகவும் வணிகப் பாதையாகவும் இருந்தது. பெரும்பாலும்

உசைனிவாலா எல்லையில் எல்லை பாதுகாப்புப் படையினருக்கு
வாழ்த்துக் கடிதங்கள் வழங்கும் மாணவர்கள்

கந்தஹாரி அங்கூர் (உலர் திராட்சை) பாகிஸ்தான் மற்றும் ஆப்கானிஸ்தானில் இருந்து உலர் பழங்கள், உணவுப் பொருட்களை இறக்குமதி-ஏற்றுமதி செய்வதற்கான ஒரு பன்னாட்டு வழித்தடமாக இது இருந்தது. இப்போது வடக்கே ஏறக்குறைய 130 கி.மீ. தொலைவில் உள்ள அட்டாரி-வாகா எல்லை பகுதியில் வர்த்தக ரீதியிலான போக்குவரத்து நடைபெறுகிறது என்பது குறிப்பிடத்தக்கது. 2005 முதல் உசைனிவாலா எல்லையை மீண்டும் மக்களுக்காகத் திறக்க வேண்டும் என்ற கோரிக்கை எழுந்துள்ளது.

இங்கு இந்தியா-பாகிஸ்தான் இரு நாடுகளுக்கிடையே நடக்கும் கொடியிறக்கும் நிகழ்வைக் காணப் பொதுமக்கள் ஆர்வமுடன் வருகின்றனர். இதற்குக் கட்டணம் எதுவும் கிடையாது. மேலும் எந்த ஒரு முன்பதிவும் கிடையாது. முதலில் வருபவர்களுக்கு முன்னுரிமை. இந்த எல்லைக்கு அங்குள்ள பஞ்சாபி மக்கள்தான் பெருமளவில் வருகின்றனர். உசைனிவாலாவில் நடக்கும் கொடியிறக்கும் நிகழ்வானது வாகா எல்லையில் நடப்பதைப் போலவே மிடுக்குடன் சிறப்பாக உள்ளது. ஆனால் வாகா எல்லையில் நாம் அந்த நிகழ்வை மிக அருகில் காண இயலாது. அங்கு பார்வையாளர் மாடம் மிகப் பெரியது என்பதால் சற்று தொலைவில் இருந்து பார்க்க வேண்டும். ஆனால் உசைனிவாலா எல்லையில் அப்படியல்ல. ஆக்ரோஷத்தோடு அணிவகுப்புச் செய்யும் நமது எல்லைப் பாதுகாப்புப் படை வீரர்களை வெறும் 5 மீட்டர் தொலைவில் காணலாம். நாங்கள் அனைவரும் அவர்களின் ரௌத்திரத்தை கண்டு ஆடிப்போனோம்.

இந்த ரிட்ரீட் செரிமோனியை இந்தியா சார்பில் பி.எஸ்.எஃப். எனப்படும் எல்லை பாதுகாப்புப் படை வீரர்களும், Pakistan Rangers எனப்படும் பாகிஸ்தான் நாட்டு வீரர்களும் பங்கேற்று செய்கின்றனர். நமது இந்திய வீரர்கள் காக்கி நிற செரிமோனியல்

உடை அணிந்திருகின்றனர். பாகிஸ்தானிய வீரர்கள் கருப்பு நிற பட்டாணி சூட் உடை அணிந்திருகின்றனர். நமது பக்கம் உள்ள பார்வையாளர்கள் மாடம் (Viewers gallery) சுமார் 5000 பேர் வரை அமரும் வசதி கொண்டதாகவும், பாகிஸ்தானின் பார்வையாளர்கள் மாடம் 3000 பேர் வரை அமரும் வசதி கொண்டதாகவும் உள்ளன. இந்தக் கூட்டத்தைப் பார்க்கும் போது கிரிக்கெட் போட்டியைக் காண வந்த கூட்டத்தைப் போல் இருந்தது. ஆனால் அங்கு நாம் நம் தேசிய அணிக்காக குரல் கொடுப்போம், இங்கோ தேசத்திற்காகக் குரல் கொடுத்தோம்! கொடியிறக்கும் அணிவகுப்பு நிகழ்வின்போது இந்தியா மற்றும் பாகிஸ்தான் வீரர்கள் இரண்டு நாட்டின் எல்லைகளைக் கடந்து தங்கள் நாட்டின் கொடியை இறக்கிக் கொண்டு வந்தனர். ஆனால் வாகா எல்லையில் இரு நாட்டு வீரர்களும் தங்களது நாட்டின் எல்லைக்குள் நின்றுதான் கொடியை இறக்குவர். இங்கு பாகிஸ்தான் மக்களை மிக அருகில் கண்டோம். இங்கு இந்தியா மற்றும் பாகிஸ்தான் மிக அருகில் இருப்பதால் மக்கள் ஒருவருக்கொருவர் கை அசைத்துக் கொள்வர்.

இறுதியாக நாங்கள் அனைவரும் அங்கு உசைனிவாலா எல்லையில் Border Pillar (BP) எனப்படும் எல்லைக்கல்லின் அருகில் நின்று புகைப்படம் எடுத்துக்கொண்டோம். புகைப்படத்தை எடுக்கும் போது பாகிஸ்தான் எங்களுக்குப் பின்னால் வெறும் ஓரடி தூரத்தில்தான் இருந்தது. காலை எடுத்து வைத்தால் பாகிஸ்தானில் நிற்போம்! சற்று சிந்தித்துப் பாருங்கள் எவ்வளவு அருமையான

இரு நாட்டுக் கொடிகளை இறக்கும் நிகழ்வு

உசைனிவாலா எல்லையின் ஆக்ரோஷமான அணிவகுப்பு!

எல்லைப் பாதுகாப்புப் படையினரின் Retreat ceremony Parade

தருணமிது! இந்த எல்லை கிராமத்தைப் பெறுவதற்காக நாம் பாகிஸ்தானிடம் நமது 12 கிராமங்களைக் கொடுத்துள்ளோம் என்பதைக் கேள்விப்பட்ட போது ஆச்சரியமாக இருந்தது. அப்போது எனக்கு ஒன்று தோன்றியது,

"அரிது அரிது இந்திய மண்ணில் பிறப்பது அரிது, ஆனால் இங்கு ஒருவருக்காக இந்திய மண்ணே பிறந்திருப்பது எத்தனை அரிது" சுதந்திரப் போராட்ட வீரர் பகத்சிங்தான் அவர். அவரைப் பற்றி பின்னர் காண்போம். ஜெய்ஹிந்த்!

8 . வீரத்தின் விளைநிலம் சராகாரிப் போர் நினைவிடம்

– மாணவன் த.கோகுல கிருஷ்ணன்

ஓர் அரசுப் பள்ளியில் ஒன்பதாம் வகுப்புப் படிக்கும் நான், பள்ளி அளவிலும் மாவட்ட அளவிலும் அவ்வப்போது பேச்சுப் போட்டிகளில் கலந்து கொள்வேன். இந்த எல்லைப் பயணத்திற்கு தேர்வு செய்து இப்படிப்பட்ட இடங்களை நேரில் பார்க்க எனக்கு வாய்ப்பு கிடைத்ததை நினைத்து மிகவும் மகிழ்ச்சியடைந்தேன். ஆனால் இப்பயணம் மகிழ்ச்சியைத் தாண்டி நமது வீரம், தியாகம், பண்பாடு மீது ஒரு மதிப்பை ஏற்படுத்தியுள்ளது. நாங்கள் அனைவரும் 03.11.2022ஆம் தேதி அன்று காலை 10 மணிக்கு இங்கு சென்றோம்.

'உறுப்பமைந்து ஊறஞ்சா வெல்படை வேந்தன் வெறுக்கையுள் எல்லாந் தலை' என ஐயன் திருவள்ளுவரின் வாக்கியத்திற்கான அர்த்தம் இந்த போர் நினைவிடத்தில் நான் உணர்ந்து கொண்டேன். நமது எண்ணிக்கை முக்கியமல்ல, மனவலிமை இருந்தால் மற்ற படையைக் குலை நடுங்க வைக்கலாம் என்பதை உலகிற்கே புரிய வைத்த போர் இது. குறைவான எண்ணிக்கையில் இருந்த வீரர்கள் அதிகமான எண்ணிக்கையில் இருந்த வீரர்களை எதிர்த்துப் போராடியது உலக வரலாற்றில் இரண்டாவது முறை அப்படிப்பட்ட சிறப்பு வாய்ந்த ஒரு போர் நினைவிடத்திற்குதான் நாங்கள் சென்றிருந்தோம். உள்ளே செல்லும் பொழுது எந்தவித ஆர்வமும்

பிரோஜ்பூர் சரகாரி போர்நினைவிடத்தில் மாணவர்கள்

இல்லாமல் தான் சென்றேன். ஆனால் அங்கு இருக்கும் தகவல்களைப் பார்த்த பொழுது எவ்வளவு பெரிய வரலாற்றுப் போரைத் தெரிந்து கொள்ளாமல் இருந்திருக்கிறோமே என்று மூளை உணர்த்தியது.

எங்களை இங்கு வரவேற்று இப்போரின் வரலாறு குறித்து எங்களுக்கு எடுத்துரைத்தவர் பஞ்சாபைச் சேர்ந்த ஓய்வு பெற்ற அரசுப் பள்ளி ஆசிரியரும் (பஞ்சாபி மொழி) வரலாற்று ஆய்வாளருமான முனைவர் இராமேஷ்வர் சிங் கட்டாரா அவர்கள். இவர் கூறிய தகவல்களையும் இந்த போர் நினைவிடத்தில் பொறிக்கப்பட்டுள்ள தகவல்களையும் தொகுத்து நான் இங்கு எழுதியுள்ளேன். அது மட்டுமல்லாமல் இங்கு எங்களைச் சந்திக்க தமிழகத்தைச் சேர்ந்த எல்லைப் பாதுகாப்புப் படை வீரர் திரு. செந்தில் அவர்கள் வந்திருந்தார்கள். தமிழக மாணவர்கள் எல்லைப் பயணம் வந்துள்ளதைக் கேள்விப்பட்டு எங்களுடன் மிகுந்த ஆர்வத்துடன் பேசினார் அவர். தமிழகத்திற்கு வெளியே தமிழரைக் கண்டால் அந்தத் தருணம் எப்படி இருக்கும் என்பதை ஒரு நொடி எங்களால் உணர முடிந்தது. அவரிடமும் நாங்கள் கொண்டு சென்ற வாழ்த்துக் கடிதங்களில் சிலவற்றைக் கொடுத்து மகிழ்ச்சியைத் தெரிவித்தோம்.

'சராகாரி' என்பது தற்போதைய பாகிஸ்தானில் உள்ள ஒரு இடமாகும். இது கைபர் கணவாய்க்குத் தெற்கே அமைந்துள்ளது. இங்குதான் பிரிட்டிஷ் - இந்திய இராணுவத்தின் வெறும் 21 வீர்களுக்கும், 10000 ஆப்கன் படையினருக்கும் இடையே போர் நடந்தது! ஆப்கன் துருப்புகள் சரகாரி கோட்டையைச் சுற்றி வளைத்துத் தாக்கத் தொடங்கின. ஆப்கன் படை Gul Badshah தலைமையில் போரிட்டது; பிரிட்டிஷ் - இந்திய இராணுவம் சராகாரி முகாமில் இருந்த வெறும் 21 பேர் ஹவில்தார் இஷார் சிங் தலைமையில் ஆப்கன் படையை எதிர்த்துப் போரிட்டுள்ளனர்! இந்தப் போர் 12 செப்டம்பர் 1897ஆம் ஆண்டு நடைபெற்றது.

சரகாரி போர் குறித்து எடுத்துரைத்த முனைவர் இராமேஷ்வர் சிங் கட்டாரா

என்ன ஆனாலும் சரி, தங்கள் முகாமை எதிரிகள் கைப்பற்ற அனுமதிக்கக் கூடாது என்ற மன உறுதியுடன் இவர்கள் அவர்களை எதிர்த்துப் போரிடத் தொடங்கினர். குறைவான வெடி பொருட்கள் இருந்த போதிலும் எதிரிகளை எதிர்த்து சுமார் ஏழு மணி நேரம் துணிவுடன் போரிட்டுள்ளனர். அதில் சுமார் 600க்கும் மேற்பட்ட எதிரிகளைக் கொன்று குவித்துள்ளனர். இதில் குறிப்பிடப்பட வேண்டிய விஷயம் Bayonet எனப்படும் துப்பாக்கி முனையில் உள்ள கூர்மையான கத்தியைக் கொண்டே சுமார் 20 பேரை கொன்று வீழ்த்தியுள்ளனர். ஆப்கன் படை, இவர்களைச் சரணடையப் பணித்தது. ஆனாலும் இவர்கள் தங்களுடைய முகாமை எதிரிகள் ஆக்கிரமிக்கக் கூடாது என்பதில் உறுதியாக இருந்தனர். ஒரு கட்டத்தில் எதிரிகள் அந்தக் கோட்டையின் ஒரு தளத்தையே தகர்த்துக் குண்டு மழையைப் பொழிந்தனர். ஆனால் இறுதிவரை யாரும் சரணடையாமல் போரிட்டு வீர மரணமடைந்தனர்! இவர்கள் பிரிட்டிஷ் - இந்திய இராணுவத்தின் Signal Regiment எனப்படும் "சமிக்ஞை படைபிரிவை" சேர்ந்தவர்கள் என்பதும் மற்றும் இவர்கள் அனைவரும் சீக்கியர்கள் என்பதும் குறிப்பிடத்தக்கது. அந்த மாவீரர்கள்,

1. ஹவில்தார் இஷார் சிங்

2. நாய்க் லால் சிங்

3. லேன்ஸ் நாய்க் சந்தர சிங்

4. சிப்பாய் சுந்தர் சிங்

5. சிப்பாய் ராம் சிங்

6. சிப்பாய் உத்தர் சிங்

7. சிப்பாய் சாஹிப் சிங்

8. சிப்பாய் ஹீரா சிங்

9. சிப்பாய் தயா சிங்

10. சிப்பாய் ஜீவன் சிங்

11. சிப்பாய் போலா சிங்

12. சிப்பாய் நாராயண சிங்

13. சிப்பாய் குர்முக் சிங்

14. சிப்பாய் ஜீவன் சிங்

15. சிப்பாய் குர்முக் சிங்

16. சிப்பாய் ராம் சிங்
17. சிப்பாய் பகவான் சிங்
18. சிப்பாய் பகவான் சிங்
19. சிப்பாய் பூட்டா சிங்
20. சிப்பாய் ஜீவன் சிங்
21. சிப்பாய் நந்த் சிங்

இதைப்பற்றி பல தகவல்கள் அங்கு பொறிக்கப்பட்டு இருந்தன. அங்கு 21 சிக்கிய வீரர்களுக்கு பதிலாக 22 பேரின் புகைப்படங்கள் இருந்தன. அதை கண்டவுடன் எனக்கு ஆச்சரியமாக இருந்தது. அதற்கான பதில் சிறிது நேரம் கழித்து தான் எனக்கு கிடைத்தது. அதில் 21 பேர் பிரிட்டிஷ் - இந்திய வீரர்கள் மற்ற ஒருவர் அங்கு பணிசெய்து கொண்டிருந்த தூய்மைப் பணியாளர். எனவே போர் வீரர்களின் தியாகத்தை மட்டும் போற்றாமல் தூய்மை பணியாளரின் தியாகத்தையும் போற்றியுள்ளது மகத்தான செயலாகும்.

சராகாரியும் தெர்மோபைலும் (Saragarhi and Thermopylae):

இந்தப் போர் ஒன்றும் சாதாரணமானதல்ல, உலக வரலாற்றில் முக்கிய இடம் பெற்ற ஒரு சிறப்புமிக்க போராகும். அப்படியென்ன மற்ற போருக்கு இல்லாத சிறப்பு இந்த போருக்கு? இந்தப் போர் தெர்மோபைல் போருடன் ஒப்பிட்டு கூறப்படுகிறது. தெர்மோபைல் போரில் மிகச் சொற்பமான கிரீஸ் துருப்புகள், மிகப் பெரிய பெர்சிய படையை எதிர்த்துத் துணிவுடன் போரிட்டது. அதேபோல் இந்தப்

போரும் நடந்துள்ளது. இந்த இரண்டு போர்களிலும் மிகவும் குறைந்த அளவு வீரர்கள், மிகப் பெரிய படையை எதிர்த்து கடைசி மூச்சிருக்கும் வரை துணிவுடன் போரிட்டுள்ளனர். இறுதிவரை எந்த உதவியும் கிடைக்காமல் தங்களுடைய துணிவு, வீரம், தன்னம்பிக்கை இவற்றை மட்டுமே துணைகொண்டு அசாதாரணமாகப் போரிட்டு வீரமரணம் அடைந்துள்ளனர். உலகில் இதுபோன்ற போர் இரண்டு மட்டுமே என்று கூறப்படுகிறது. ஒன்று தெர்மோபைல்; மற்றொன்று நம் நாட்டு சராகாரிப் போர்.

தற்போது இந்த இடம் இந்திய ராணுவத்தின் கட்டுப்பாட்டில் இருக்கிறது. இதில் உயிரிழந்த வீரர்களுக்கு உதவித் தொகையாக ரூபாய்.500 மற்றும் 50 ஏக்கர் நிலம் வழங்கப்பட்டுள்ளது. அது மட்டுமல்லாமல் இந்தியன் 'ஆர்டர் ஆஃப் மெரிட்' என்னும் விருது அவர்களுக்கு வழங்கப்பட்டது. இந்த விருது இன்றைக்கு உள்ள 'பரம்வீர் சக்கரா' விற்கு இணையானதாகும். அப்போது எனக்கு இன்னொரு தகவல் தெரிய வந்தது. அது அங்கு அமைக்கப்பட்டிருந்த போர் நினைவிடத்தின் சுவர்களில் உள்ள சிவப்பு நிற கற்கள் அனைத்தும் போர் நடந்த இடத்திலிருந்தே எடுத்து வந்து கட்டப்பட்டது என்பதுதான் அது. அந்த சுவரை பார்த்த போது எனக்கு அந்த போர் எப்படி நடந்திருக்கும் என்பது கற்பனையில் வந்து சென்றது.

சரகாரி போர்நினைவிடம், பிரோஜ்பூர், பஞ்சாப்

மேலும் முனைவர் இராமேஷ்வர் சிங் கட்டாரா அவர்கள் எங்களிடம் கலந்துரையாடிய போது, சராகாரி போர் பற்றிய பற்பல தகவல்களையும் சீக்கிய மதத்தைப் பற்றிய எங்களது கேள்விகளுக்கும் சுவாரசியமான பதில்களை அளித்தார். நாங்கள் இரயிலில் பல பஞ்சாபி மக்களைச் சந்தித்தோம் அவர்கள் தலைப்பாகை அணிந்துகொண்டும், நீண்ட தலைமுடி, தாடி, மற்றும் ஒரு கத்தியை வைத்துக்கொண்டு இருந்தனர். இதைப் பற்றியும் அவரிடம் கேள்வி எழுப்பினோம். அவர் எங்களிடம் கூறியது என்னவென்றால், இதனை அவர்கள் தங்களது தற்காப்புக்காகவும் தங்களைத் தற்காத்துக் கொள்ள முடியாத மற்றவர்களுக்காகவும் பயன்படுத்தி வருகின்றனர். இதன் பெயர் 'கிர்பான்'. இதனைத் தொடர்ந்து சமீபத்தில் பாராளுமன்றத்தில் சீக்கியர்கள் இந்த கத்தி வைத்துக்கொள்ள வேண்டுமா? என்பதை பற்றி ஒரு வாக்கெடுப்பு நடத்தப்பட்டதாகவும், அப்போது முஸ்லிம் எம்.பி. ஒருவர், இந்த சீக்கியர்கள் கையில் இருக்கும் பொழுது அது ஒரு 'தற்காப்பு கருவி' அதுவே மற்றவர்களின் கையில் இருந்தால் அது 'ஆபத்தான ஆயுதம்' என்று கூறியதாக அழகாகக் கூறினார். நேரத்தை ஒதுக்கி இளைய தலைமுறையினர் இது போன்ற செய்திகளைத் தெரிந்து கொள்ள வேண்டும் என்ற நோக்கில் எங்களின் பல கேள்விகளுக்கு பொறுமையாகப் பதில் அளித்தார். அது மட்டுமல்லாமல் பஞ்சாபி மக்களின் வீரம், கலாச்சாரம் போன்றவற்றைப் பற்றியும் எங்களுக்கு விளக்கமாக கூறி எங்களை உபசரித்தது அவரின் உயர்ந்த விருந்தோம்பலை உணர்த்தியது. அவருடன் இருந்த நேரங்கள் மிகவும் மகிழ்ச்சியாகவும் அறிவுப்பூர்வமாகவும் இருந்தது. இறுதியாக இவரது கையொப்பத்தை நினைவுப் பரிசாக நாங்கள் அனைவரும் பெற்றுக்கொண்டோம். இது எனது வாழக்கையில் மறக்க முடியாத நல்ல திருப்புமுனையை ஏற்படுத்திய திருநாளாகும்! ஜெய்ஹிந்த்!!

9. 1971 உசைனிவாலா போர் (Battle of Hussainiwala) நடைபெற்ற இடம்

– மாணவன் பி.ஹரிகிருஷ்ணன்

இதுவரை போர்க்களம் என்ற வார்த்தையைப் புத்தகத்தில் தான் படித்திருக்கிறோம். அப்படி போர் நடைபெற்ற அந்த இடங்களை நாங்கள் நேரில் சென்று பார்ப்போம் என்று கனவிலும் கூட நினைத்துப் பார்க்கவில்லை. ஆனால் அப்படிப்பட்ட ஓர் இடத்தைப் பார்த்து அதைப் பற்றிதான் இங்கு நான் எழுதியுள்ளேன்.

எல்லைக்கு ஒரு பயணம் மூலம் அந்த வாய்ப்பு எங்களுக்குக் கிடைத்தது. நாங்கள் 03.11.2022 அன்று பிற்பகலில் இந்தியா-பாகிஸ்தான் எல்லையான உசைனிவாலா எல்லையை அடைந்தோம். இடிந்து போன ஒரு பெரிய கட்டடம், துண்டு துண்டாக கிடந்த இரயில் தண்டவாளம், சுவற்றில் ஆங்காங்கே ஓட்டைகள் என அந்த இடத்தை பார்க்கும் போது ஏதோ நம்ம ஊரில் பாழடைந்த ஒரு இடத்துக்கு சென்றது போல இருந்தது. அப்போது அந்த இடத்திற்கு எங்களை அழைத்துச் சென்று காண்பித்த எல்லைப் பாதுகாப்புப் படை அதிகாரி ஒருவர் ஹிந்தியில் பேச ஆரம்பித்தார்.

அதை திரு சுகுமாரன் ஐயா அவர்கள் எங்களுக்கு தமிழில் மொழிபெயர்த்து ஒவ்வொன்றாகச் சொன்னார்கள். அதுதான் எங்கள் அனைவரையும் மெய்மறக்கச் செய்தது. நாங்கள் அனைவரும் உருக்கமாக அந்த இடத்தில் நின்று அவர் சொன்ன தகவல்களைக் கவனித்தோம்.

இந்தியா – பாகிஸ்தான் போர் நடைபெற்ற இடம்

1971 ஆம் ஆண்டு நடைபெற்ற இந்தியா பாகிஸ்தான் போர் இப்பகுதியிலும் உக்கிரமாக நடைபெற்றதையும் அதில் போரிட்டு நமது இப்பகுதி உட்பட நாட்டைக் காக்க அவர்களின் தியாகங்களை விளக்கிக் கூறத் தொடங்கினார்கள். இந்த எல்லையில் எல்லை பாதுகாப்புப் படை காவல் பணியில் ஈடுபட்டிருந்ததாகவும் போர் மூளும் நேரத்தில் இந்திய இராணுவம் இங்கு வந்து களமிறங்கி அனைவரும் சேர்ந்து போரிட்டதாக அவர்கள் தெரிவித்த போது BSF மற்றும் Army இவற்றின் பணிகளை ஓரளவு புரிந்து கொள்ள முடிந்தது.

இங்கு நடைபெற்ற போர் இந்திய இராணுவத்தின் பழமையும் பாரம்பரியமும் மிக்க 15 பஞ்சாப் ரெஜிமென்ட் (First Patiala) தலைமையில் நடைபெற்றுள்ளதையும் மற்ற விவரங்களையும் இங்கு அமைந்துள்ள போர் நினைவுத்தூண் கல்வெட்டு குறிப்பிடப்படுகின்றன. நாங்கள் பார்த்த இந்த எல்லைப் பகுதி பறவையின் மூக்கு போல அமைந்துள்ளது. நமது இந்த பகுதி சற்று பாகிஸ்தான் பகுதியில் உள்சென்று வருவது போல உள்ளதால் மூன்று பக்கமும் பாகிஸ்தான் சூழ்ந்துள்ளது.

டிசம்பர் 3ஆம் தேதி அன்றிரவு இங்கு நடைபெற்ற சண்டையில் சட்லெஜ் நதிக்கரையில் அமைந்துள்ள இந்த எல்லை பகுதி, நதியின் மீதுள்ள பாலம் உள்ளிட்ட இடங்களை பாதுகாக்க நமது இராணுவமும் எல்லைப் பாதுகாப்புப் படையும் எவ்வளவு கடினமாக போராடியிருப்பார்கள் என்று நினைத்துப் பார்க்கும்போது நெஞ்சம் கனக்கிறது. இந்தப் போரில் பஞ்சாப் ரிஜிமென்டின் 'சி' மற்றும் 'டி' ஆகிய இரு கம்பெனிகள் முழுமையாக ஈடுபட்டன. 'டி' கம்பெனிக்கு மேஜர் கன்வல்ஜித் அவர்களும் 'சி' கம்பெனிக்கு மேஜர் எஸ்.பி.எஸ்.வாரைச் அவர்களும் தலைமை தாங்கியுள்ளனர்.

பாகிஸ்தானால் போரில் சிதைக்கப்பட்ட இந்திய பகுதிகள்

03.12.1971 அன்று மாலை சுமார் 6.35 மணியளவில் எதிரிகள் பீரங்கி குண்டுகள் மூலம் நம்மீது தாக்குதல் நடத்தத் தொடங்கினர். இரவு முழுவதும் நடைபெற்ற சண்டையில் பாகிஸ்தான் சுமார் 400 ஆர்ட்டில்லெரி பீரங்கிகள் (Approx. 400 Guns), ஐயாயிரம் துருப்புகள் என தனது முழுமையான பலத்தை பயன்படுத்தி இப்பகுதியில் குண்டு மழை பொழிந்தது. இதில் சட்லெஜ் நதிக் கரை மீது அமைந்துள்ள பாலம் முழுமையாக சேதமடைந்த நிலையில் இங்கே நமது பகுதியில் அமைந்துள்ள உசைனிவாலா பழைய இரயில் நிலைய கட்டிடம் உள்ளிட்டவை சிதைந்து விட்டதைப் பார்க்க முடிந்தது.

பாகிஸ்தானின் இப்படிப்பட்ட ஆக்ரோஷமான தாக்குதலை எதிர்த்து இரவு முழுவதும் நமது ராணுவத்தின் இரண்டு கம்பெனிகளும் எல்லைப் பாதுகாப்புப் படையும் துணிவுடன் போரிட்டன என்று கேள்விப்படும் போது ஒரு நிமிடம் எங்கள் உடல் சிலிர்த்தன!

விடிந்ததும் நம்மவர்கள் விரட்டியடித்திருந்தனர் எதிரிகளை; ஆனால் நம்மில் 55 பேர் வீரமரணம் அடைந்திருந்தனர்! இன்னும் பலர் காயமுற்றனர் என்று இங்குள்ள வரலாறு சொல்கிறது! போர் முடிந்த பிறகு இந்த ரெஜிமெண்டிற்கு "தியேட்டர் ஹானர் பஞ்சாப்

போரில் தகர்க்கப்பட்ட உசைனிவாலா இரயில்நிலையம்

போரில் ராஜா மோத்தம் எல்லை முகாமை மீட்டெடுத்தபோது வீரமரணமடைந்த எல்லை பாதுகாப்பு படையினர் நினைவிடம்

1971" *(Theatre Honour Punjab 1971)* விருது வழங்கி கௌரவிக்கப்பட்டது.

ஒரு மணி நேரத்திற்கு முன்பு வரை இந்த இடத்தை நாங்கள் பார்த்ததற்கும் இப்போது நாங்கள் பார்ப்பதற்கும் அமைதியாக பல வித்தியாசங்களை உணர்ந்தோம். இப்போது உயரமான இந்த சிதைந்த கட்டடம் எங்கள் கண்களுக்குப் போர் வீரனின் மார்பில் பட்ட வீரத் தழும்புகள் போன்று மிகவும் அழகான கம்பீரமான தோற்றத்துடன் தெரிந்தது. அந்த மாலை நேர இதமான காற்றில் ஒருவித அனல் வீசியது. அங்குள்ள அமைதி வெறும் வெறுமையல்ல; அது போருக்குப் பின் ஏற்பட்ட அமைதி என்பது புரிந்தது! ஜெய்ஹிந்த்.

10. தியாகிகளின் தரிசனம் – சுதந்திரப் போராட்ட வீரர்கள் பகத்சிங், சுகதேவ், ராஜகுரு நினைவிடம்

– மாணவன் கு. சதீஷ்

1928 ஆம் ஆண்டு டிசம்பர் 17 அன்று ஆங்கிலேய அரசு திரு. லாலா லஜபதிராய் அவர்களை அடிபணியச் செய்ததைக் கேள்விப்பட்டுக் கொதித்தெழுந்த சுதந்திரப் போராட்ட வீரர் பகத்சிங் ஜான் சவுண்டர்ஸ் என்ற ஆங்கிலேய அதிகாரியைச் சுட்டுக்கொன்றார். மேலும் இவர் பிரிட்டிஷ் அரசின் மீது குண்டு வீச்சு தாக்குதல் நடத்தியிருக்கிறார். இதற்காக ஆங்கிலேய அரசு 1932 ஆம் ஆண்டு மார்ச் 24 அன்று இவருக்கு தூக்குத் தண்டனை விதித்தது. ஆனால் 11 மணி நேரத்திற்கு முன்னரே 23 மார்ச் அன்று சுதந்திரப் போராட்டத் தியாகிகளான பகத்சிங், ராஜ்குரு, சுக்தேவ் ஆகிய மூவரையும் லாகூர் சிறையில் தூக்கிலிட்டனர். இவர்களின் உடல்களைப் பஞ்சாப் மாநிலத்தின் உசைனிவாலா பகுதியில் இரவில் கொண்டு வந்து தீயிட்டு எரித்து விட்டனர். காலையில் இதனை அறிந்த அப்பகுதி மக்கள் அங்கு விரைந்து பாதி எரிந்த நிலையில் கிடந்த அவர்களின் உடல்களை மீட்டு இங்கு உசைனிவாலாவில் கொண்டு வந்து முறையாக அடக்கம் செய்தனர்.

'சமாதி ஸ்தல்' எனப்படும் சுதந்திரப் போராட்ட வீரர்கள் பகத்சிங், சுகதேவ், ராஜகுரு நினைவிடத்தில் மௌன அஞ்சலி செலுத்தியபோது

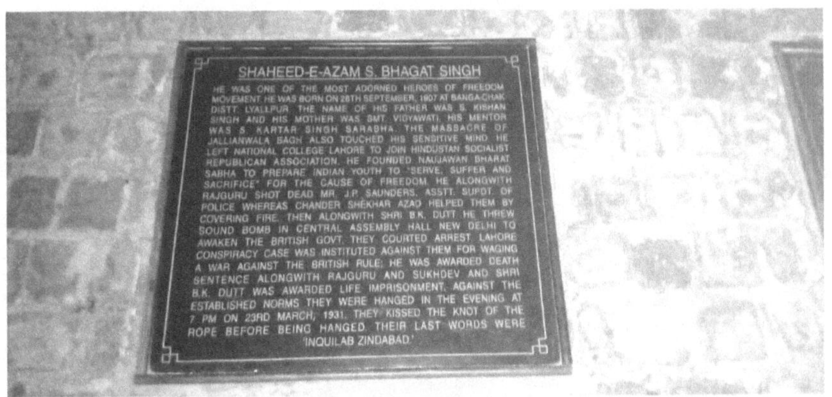

உசைனிவாலா எல்லையில் பகத்சிங், சுகதேவ், ராஜகுரு
ஆகியோரின் உருவச் சிலைகள்

சமாதி ஸ்தல்:

நாங்கள் அனைவரும் 03.11.2022 அன்று பிற்பகலில் உசைனிவாலா எல்லைக்குச் சென்றோம். அங்கு எல்லையில் பாதுகாப்புப் படை வீரர்களுடன் சந்திப்பு முடிந்த பிறகு மாலை 6 மணிக்கு அதே எல்லைப் பகுதியில் அமைந்துள்ள 'சமாதி ஸ்தல்' எனப்படும் நமது சுதந்திரப் போராட்ட வீரர்களான பகத்சிங், சுகதேவ், ராஜகுரு ஆகியோரின் நினைவிடங்களுக்குச் சென்றோம்.

தியாக பூமியை மீட்டோம்:

சுதந்திரத்தின் போது நமது நாடு இந்தியா, பாகிஸ்தான் என இரு நாடுகளாகப் பிரிந்தன. இந்தியா, பாகிஸ்தான் பிரிவினைக்குப் பிறகு இந்த உசைனிவாலா பகுதி பாகிஸ்தானிடம் சென்றுவிட்டது. பகத்சிங் உள்ளிட்ட இம்மூவரின் நினைவிடம் அமைந்துள்ள இந்த இடத்தை நாம் திரும்பப் பெற வேண்டும் என்று இந்திய அரசால் முயற்சிகள் மேற்கொள்ளப்பட்டு அதன்படி நமது இந்தியாவின் 12 கிராமங்களை பாகிஸ்தானிடம் வழங்கி அதற்கு ஈடாக இந்த தியாக பூமி பெறப்பட்டது என்று எல்லை பாதுகாப்புப் படையின் கம்பனி கமாண்டர் தெரிவித்தார். இது எங்களை ஆச்சரியத்திலும் வியப்பிலும் ஆழ்த்தியது!

இன்குலாப் ஜிந்தாபாத்:

சூரியன் மறைந்திருந்த மாலை நேரம். கருப்புப் பளிங்குக் கற்கள் பதிக்கப்பட்ட மேடை. அதன் மீது மலர்கள் தூவப்பட்டிருந்தன. அதற்கு மேலே மூவரின் மார்பளவு வெண்கலச் சிலை! அங்கே ஆளுயர அணையா தீபம் எரிந்து கொண்டிருக்கிறது. ஏற்கனவே எங்களது பயண ஒருங்கிணைப்பாளர்களும் எல்லை பாதுகாப்புப் படை அதிகாரிகளும் கூறிய தகவல்களை உள்வாங்கி அங்கு சென்றதால் நாங்கள் அனைவரும் கனத்த இதயத்தோடு அந்த நினைவிடத்திற்கு எதிரே மௌனமாக நின்று கொண்டிருந்தோம்.

பிறகு அந்த நினைவிடத்தில் நாங்கள் அனைவரும் இரண்டு நிமிடங்கள் மௌன அஞ்சலி செலுத்தினோம். அப்போது, சுதந்திரப் போராட்ட காலத்தில் எப்படியெல்லாம் இவர்கள் போராடி இருப்பார்கள், அதற்காக எப்படியெல்லாம் துன்பப்பட்டு இருப்பார்கள், அதற்காக ஆங்கிலேய அரசால் லாகூர் சிறையில் தூக்கிலிடப்பட்ட அந்தக் காட்சிகளும் எங்கள் மனதில் ஒரு நிமிடம் மின்னல்போல வந்து சென்றன. மௌன அஞ்சலிக்குப் பிறகு எல்லைப் பயண ஒருங்கிணைப்பாளர்களில் ஒருவரான திரு. சண்முகம் ஐயா அவர்கள், 'இன்குலாப் ஜிந்தாபாத்' என்ற முழக்கத்தை மூன்று முறை சொல்ல, நாங்கள் அனைவரும் 'இன்குலாப் ஜிந்தாபாத்' என்று திருப்பி மூன்று முறை சொன்னோம். அப்போது எங்களையே அறியாமல் எங்களுக்குள் ஒருவித உணர்வு ஏற்பட்டது. அப்போது எங்கள் உடல் முழுவதும் சிலிர்த்தது!

வாழ்த்துரை

சமுதாயம் செம்மையுற வேண்டுமென்றும் சமுதாய நெறிமுறைகளை ஊக்குவிக்கவும் 'எல்லைக்கு ஒரு பயணம்' என்ற நிகழ்வு மாணவர்களை நெறிப்படுத்துவதாக அமைவதால் என் மனதைப் பெரிதும் ஈர்த்தது. அதில் என்னுடைய பங்களிப்பும் இருக்க வேண்டுமென்று விரும்பி ஒரு இந்தியக் குடிமகனாக வேண்டியதைச் செய்து மகிழ்ந்துள்ளேன்.

எல்லைக்கு ஒரு பயணம் மாணவர்களின் கைவண்ணத்தில் நூலாக மலர்ந்துள்ளமையைக் கண்டு பெரிதும் மகிழ்கின்றேன்.

வாழ்த்துகள். ஜெய்ஹிந்த்.

திரு வேலு ஏகநாதன் அவர்கள்,
தொழிலதிபர், சென்னை.

11. உயிர்ப்புடன் உசைனிவாலா அருங்காட்சியகம் (Hussainiwala Museum)

– மாணவன் மு.நிதிஷ்

உசைனிவாலா அருங்காட்சியகம்:

இந்த அருங்காட்சியகம் நகரங்களிலோ அல்லது மனிதர்கள் அதிகம் வாழும் இடத்திலோ இல்லாமல் நமது நாட்டின் எல்லையில் அமைந்துள்ளது. நாங்கள் அனைவரும் 03.11.2022 அன்று மாலை உசைனிவாலா அருங்காட்சியகத்திற்குச் சென்றோம். அருங்காட்சியகம் என்பது நமது வரலாற்றை நமக்கு மீட்டுத் தருவதோடு பல வரலாற்று முக்கியத்துவம் வாய்ந்த நினைவுச் சின்னங்களைக் கொண்டதாகவும் அதே நேரம் பயனுள்ள பல தகவல்களைத் தருவதாகவும் இருக்கும். அதே போன்றுதான் உசைனிவாலா அருங்காட்சியகமும் இருக்கும் என்று உள்ளே நுழைந்தோம். ஆனால் அது வெறும் அருங்காட்சியகம் மட்டுமல்ல. பல வகையான தானியங்கி ஆயுதங்கள், இந்தியாவின் எல்லைகள் பற்றிய மாதிரி வரைபட விவரங்கள், வீரத்தின் சின்னமாகப் பகத் சிங் பயன்படுத்திய துப்பாக்கி என ஒரு பொக்கிஷமாக அந்த இடம் எங்களுக்குத் தெரிந்தது. உள்ளே நுழைந்ததும் எங்கள் கண்களோடு மனதையும் கட்டி இழுத்தது என்றுதான் சொல்ல வேண்டும்.

உசைனி வாலா அருங்காட்சியகத்தில் வைக்கப்பட்டுள்ள பகத்சிங் பயன்படுத்திய கைதுப்பாக்கி

நிஜமான ஹீரோ:

முதலில் நாங்கள் மாவீரன் பகத்சிங் பயன்படுத்திய கைத் துப்பாக்கியைத்தான் பார்த்தோம். அது *32 Bore Colt Automatic Pistol* வகை. பதிவு எண். 168896 என்று அந்த துப்பாக்கிமீது பொறிக்கப்பட்டிருந்தது. பகத்சிங் இதே துப்பாக்கியால்தான் 1928-ஆம் ஆண்டு 17 டிசம்பர் அன்று ஜான் சான்டர்ஸை சுட்டுக்கொன்றார். இந்தத் துப்பாக்கி இப்பொழுது எல்லைப் பாதுகாப்புப் படை அருங்காட்சியகத்தில் (*Border Security Force Museum*) வைக்கப்பட்டுள்ளது. அப்போது எனக்கு நம்ம ஊரில் துப்பாக்கி படத்தில் நடிக்கும் நடிகர்களையெல்லாம் ஹீரோ என்று சொல்லிக் கொண்டிருக்கிறார்கள் ஆனால் இவர்கள் அல்லவா நிஜமான ஹீரோ என்று மனதில் பளிச்சென்று தோன்றியது!

வீரப்பரம்பரையில் வந்த இந்தியர்கள்:

அவ்விடத்தில் மாவீரர்கள் பகத்சிங், சுக்தேவ் மற்றும் ராஜகுரு ஆகியோரின் வரலாறுகளும் எழுதப்பட்டுள்ளன. அவற்றை படிக்கும் போது நம் முன்னோர்கள் நமக்காக, நம் தேசத்திற்காகச் செய்த தியாகங்களை நம் கண் முன்னே கொண்டு வந்து நிறுத்தியது. இந்த வரலாறுகளைப் படிக்கும் போது, இந்தியனாகப் பிறந்தே நாங்கள் செய்த புண்ணியம் என்றுதான் நினைத்தோம். தியாகப் பரம்பரையில் வீரப்பரம்பரையில் வந்த இந்தியத் தாயின் புதல்வர்கள் என்று மனம் சொன்னது.

இந்தியா – பாகிஸ்தான் எல்லை குறித்த விளக்கப்படம்

மாவீரன் பகத்சிங்:

1907-ஆம் ஆண்டு செப்டம்பர் 28-ஆம் தேதி லால்பூரில் உள்ள பங்கா-சல் என்ற ஊரில் பிறந்தார். அவர் ராஜ் குருவுடன் சேர்ந்து ஜே.பி. சாண்டர்சைக் கொன்றார். ஆங்கில அரசை எச்சரிக்கும் விதமாக புது தில்லியின் சட்டமன்ற அரங்கில் வெடி குண்டை வீசினார். அரசுக்கு எதிராக ஆயுதம் ஏந்தியதால், பகத்சிங், ராஜ்குரு மற்றும் சுக்தேவ் ஆகிய மூவரும் கைது செய்யப்பட்டு அவர்கள் மீது லாகூர் சதி வழக்கு பதிவு செய்யப்பட்டது. மரண தண்டனை விதிக்கப்பட்ட இவர்களை ஆங்கில அரசு, 1931, மார்ச் 23 அன்று மாலை 7 மணி அளவில் தூக்கிலிட்டது.

மாவீரன் சுக்தேவ்:

மே 15, 1907 ஆம் ஆண்டு லூதியானாவின் பழைய கோட்டைக்கு அருகில் உள்ள நவகாரா பகுதியில் பிறந்தார். இவர் சந்திரசேகர் மற்றும் பகத்சிங் ஆகியோரின் நெருங்கிய நண்பராவார். இவர் ஆங்கிலேயரை எதிர்த்து பஞ்சாப் மற்றும் வட இந்தியாவின் பல பகுதிகளில் புரட்சிகர செயல்களில் ஈடுபட்டார். ஆங்கிலேய அரசு இவர் மீதும் வழக்கு செய்து தூக்கிலிட்டது.

மாவீரன் ராஜ்குரு:

1908 ஆம் ஆண்டு பிறந்த இவர் சுதந்திரப் போராட்ட வீரராவார். தீவிர புரட்சியாளரான இவர் பகத்சிங்குடன் சேர்ந்து ஜேபி. சாண்டர்ஸை சுட்டுக் கொன்றார். செப்டம்பர் 1929 - இல் பூனேவில் கைது செய்யப்பட்டார். அதன் பின் லாகூர் சதி வழக்கில் குற்றம் சாட்டப்பட்டு அன்புக்குரிய தோழர்கள் பகத்சிங் மற்றும் சுக்தேவ் ஆகியோருடன் லாகூர் மத்திய சிறையில் தூக்கிலிடப்பட்டார்.

தியாகம் என்பது யாதெனில்,

மாவீரர்களான இம்மூவரும் துணிவுடன், எங்கள் நாட்டின் விடுதலைக்காக இந்த மரணத்தை ஏற்றுக் கொள்கிறோம் என்று தூக்கிலிடுவதற்கு முன் தூக்கு கயிற்றை முத்தமிட்டனர்! அப்போது 'இன்குலாப் ஜிந்தாபாத்' என்று முழக்கமிட்டனர்! இப்படித்தான் இருக்கும் ஒரு மாவீரனின் செயல்! இவர்கள்தான் தியாகிகள்! இதுதான் அர்ப்பணிப்பு! இதற்குப் பேர்தான் தேசப்பற்று! அவர்களின் உடல்கள் முறையான சடங்குகள் இன்றி அவசரமாக தீ வைக்கப்பட்டு, உசைனிவாலா பகுதியில் வீசப்பட்டன. இவை அனைத்தும் அங்கே பொன் எழுத்துக்களால் பதிக்கப்பட்டு இருந்தன.

இந்தியாவின் எல்லைகள்:

இவ்விடத்தில் பஞ்சாப் மாநிலத்தில் உள்ள இந்தியா -பாகிஸ்தான் சர்வதேச எல்லையின் வரைபடம் வைக்கப்பட்டிருந்தது. மேலும் ராஜஸ்தான், குஜராத், பெங்கால் உள்ளிட்ட மாநிலங்களில் உள்ள இந்தியா - பாகிஸ்தான் மற்றும் இந்தியா - பங்களாதேஷ் சர்வதேச எல்லைகளின் வரைபடங்களும் வைக்கப்பட்டிருந்தன. இது நமது நாட்டின் எல்லைகளையும் அண்டை நாடுகள் பற்றியும் புரிந்து கொள்ள ஒரு வாய்ப்பாக இருந்தது.

இன்னும் பலவிதமான தானியங்கி ஆயுதங்கள், துப்பாக்கிகள் போன்றவை பார்வைக்கு வைக்கப்பட்டிருந்தன. அதுமட்டுமின்றி அங்கு எல்லைப் பாதுகாப்புப் படை வீரர்கள் அனைத்தையும் எங்களுக்குக் காண்பித்து விளக்கிக் கூறினர். இதை நினைத்தாலே எங்களுக்குப் பெருமையாக உள்ளது. சில சமயங்களில் எனது பெற்றோருடனும் எங்கள் பள்ளியின் மூலமும் வண்டலூர் உயிரியல் பூங்கா, சென்னை மெரினா கடற்கரை மட்டுமே பார்த்த எனக்கு இப்படி ஒரு வாய்ப்பு கிடைத்தது மிகப் பெரிய பாக்கியம் என்று நினைக்கிறேன்! ஜெய்ஹிந்த்.

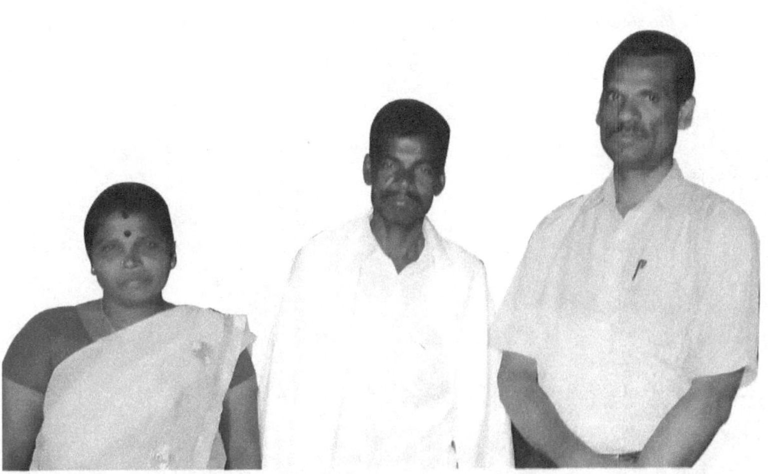

தென்னை மரமேறும் தொழிலாளி திரு கண்ணன் அவர்களுடன் திரு கிள்ளி வளவன்

12. எல்லைப்புற பாதுகாப்பு முகாம்
Border Out Post (BOP)

- மாணவன் த. ஸ்ரீராம்

03.11.2022 அன்று நாங்கள் அனைவரும் சராகாரி போர் நினைவிடத்தைப் பார்த்துவிட்டு, உசைனிவாலா எல்லையை நோக்கிப் பயணித்தோம். போகும்பொழுது வழியில் எல்லை பாதுகாப்புப் படை வீரர்களுக்காக இரண்டு கூடைகளில் பழங்கள் வாங்கிச் சென்றோம். அதில் 'Presented by Tamil Nadu Students' என்று இரண்டு கூடைகளிலும் அழகாக எழுதினோம். அப்போது எங்கள் வாகனம் பிரோஜ்பூர் நகரத்தைக் கடந்து கிராமங்கள் வழியாகப் பயணித்தது. அப்போது எங்களுக்கு ஒன்றும் புரியவில்லை நாம் பார்க்கப் போகும் இடங்கள் எங்கே உள்ளன? கிராமங்கள் எல்லாம் தாண்டி சென்று கொண்டிருக்கிறோமே என்று நினைக்கத் தோன்றியது.

எங்கள் வாகனம் கிராமங்களையெல்லாம் கடந்து இப்போது வயல்வெளிகளுக்கு நடுவே உள்ள சாலையில் போய்க் கொண்டிருந்தது. அப்போது ஒரு பெரிய நதியின் பாலத்தின் மீது

பஞ்சாபில் உள்ள இந்தியா – பாகிஸ்தான் எல்லையான உசைனிவாலா

எங்கள் வண்டி பயணித்தது. மிகப் பிரம்மாண்டமான அந்த நதியில் தண்ணீர் வேகமாக போய்க்கொண்டிருந்தது. அப்போது திரு சுகுமாரன் ஐயா, இதுதான் சட்லஜ் நதி என்று சொன்னார்கள். அந்த பாலத்தின் ஒரு பக்கம் இரும்புத் தகடுகளால் மறைக்கப்பட்டிருந்தது. ஏன் என்று கேட்டதற்கு இங்கிருந்து சற்று தொலைவில்தான் பாகிஸ்தான் உள்ளது. ஆகையால் நமது வாகனங்களை அவர்கள் கண்காணிக்கக் கூடாது என்பதற்காக இப்படி தடுப்பு வைத்துள்ளார்கள் என்று சொன்னார்கள்.

தேடலில் தெரிந்து கொண்டவை:

இந்த எல்லைப் பயணத்திற்கு நாங்கள் தயாராகும் போது வாராந்திர சந்திப்புகளில் பல ஆளுமைகள் இப்பயணத்தின் முக்கியத்துவத்தை உணர்த்தும் வகையில் எங்களிடம் உரையாடினார்கள். அதன்பிறகு நாங்களும் ஆர்வமுடன் இணையத்திலும் புத்தகங்களிலும் தேடிப் பல தகவல்களைத் தெரிந்து கொண்டோம். அதில் ஒன்றுதான் பிஎஸ்எப் எனப்படும் எல்லை பாதுகாப்புப் படை பற்றிய தகவல். இது பற்றி இணையத்தில் நான் தேடிய போது, இது எப்போது உருவாக்கப்பட்டது? இதன் பணிகள் என்ன? என்பது உள்ளிட்ட பல ஆச்சரியமான தகவல்களைத் தெரிந்து கொண்டேன். நமது நாடு பாகிஸ்தான், சீனா, பங்களாதேஷ், நேபாளம், பூட்டான் மற்றும் மியான்மர் உள்ளிட்ட நாடுகளுடன் தனது எல்லைகளை பகிர்ந்து கொண்டுள்ளது. இந்த எல்லைகள் நெடுகிலும் பாதுகாப்புப் பணிகளை மேற்கொள்ள சங்கிலித் தொடர்போல முகாம்கள் அமைக்கப்பட்டுள்ளன. அதைத்தான்

எல்லை பாதுகாப்பு முகாமில் தமிழக மாணவர்கள் கலந்துரையாடல்

எல்லை பாதுகாப்புப் படை முகாமில் பழங்கள் மற்றும்
வாழ்த்துக் கடிதங்களை வழங்கிய தருணம்

'எல்லைபுற முகாம்' BOP என்று அழைக்கப்படுகிறோம். இது எல்லைப் பாதுகாப்புப் படையின் கடைசி நிலையாகும். இதற்கு மேல் பல நிலைகள் உள்ளன இதன் தலைமையகம் டெல்லியில் உள்ளது.

எல்லைப் பாதுகாப்புப் படை:

BSF 1965 ஆம் ஆண்டு உருவாக்கப்பட்டது. இந்தியா-பாகிஸ்தான் மற்றும் இந்தியா-வங்கதேச எல்லை என சுமார் ஆறாயிரம் கிலோ மீட்டர் நீளத்திற்கும் மேலான நாட்டின் எல்லைகளைப் பாதுகாத்து வருகிறது. தற்போது 192 படைப் பிரிவுகளை (Battalions) கொண்ட இது, பீரங்கிப் படைப்பிரிவு (Artillery Regiment) விமானப் படைப்பிரிவு (Air Wing), நீர் படைப்பிரிவு (Water Wing) மற்றும் ஒட்டகப் படையணி (Camel wing) போன்ற சிறப்புப் படைப்பிரிவுகளையும் கொண்டுள்ளது. இது இந்தியாவின் ஒரு

எல்லை பாதுகாப்புப் படை அதிகாரி மாணவர்களுக்கு
இந்தியா – பாகிஸ்தான் எல்லை குறித்து எடுத்துரைத்தபோது

சிறப்பு வாய்ந்த எல்லைப் படையாகும். சுமார் 2.5 இலட்சம் வீரர்கள் வரை பணிபுரியும் இது எல்லையில் எந்நேரமும் துப்பாக்கி ஏந்தி எதிரிகளைக் கண்காணித்து வருகிறது!

இதன் பணிகள்:

அமைதிக் காலங்களில், நமது நாட்டின் எல்லையை எதிரி நாட்டிடமிருந்து பாதுகாப்பது, எல்லையை ஒட்டி வாழும் மக்கள் மனதில் பாதுகாப்புணர்வை ஏற்படுத்துதல், எல்லையில் கடத்தல் மற்றும் இதர சட்ட விரோத செயல்கள் ஏற்படாமல் பாதுகாப்பது போன்றவையாகும். போர்க் காலங்களில், ஆக்கிரமித்த நிலங்களைப் பாதுகாப்பது, இராணுவத்திற்கு எல்லையில் வழிகாட்டியாகச் செயல்படுவது, எல்லையில் அந்நியர் ஊடுருவலைத் தடுப்பது, தகவல் சேகரிப்பு மற்றும் தாக்குதல் தொடர்பான பணிகளை மேற்கொள்ளுதல், போர்க் கைதிகளைப் பாதுகாப்பது, இராணுவக் கட்டுப்பாட்டிலுள்ள எதிரி நாட்டின் பகுதிகளில் சட்டம் ஒழுங்கை பராமரிப்பது போன்றவையாகும்.

இப்படி மனதில் பல கேள்விகளோடு நாங்கள் சென்ற இடம்தான் உசைனிவாலா எல்லையில் உள்ள எல்லைப்புற முகாம்களில் ஒன்றான பி.ஓ.பி.பேரியர் (BOP Barrier).

13. நம் நாட்டின் எல்லைச் சாமிகளின் தரிசனம்! எங்களுக்குக் கிடைத்த வரம்!!

- மாணவன் த. ஸ்ரீராம்

அங்கு எல்லை பாதுகாப்புப் முகாமில் சென்று இறங்கியவுடன் அவர்களுக்காக நாங்கள் எடுத்துச் சென்ற வாழ்த்துக் கடிதங்களுடன் சேர்த்து பழங்களையும் எடுத்துக் கொண்டு முகாம் நுழைவாயிலை அடைந்தோம். அங்கிருந்த பாதுகாப்பில் இருந்த வீரரிடம் தகவல் சொன்னவுடன் எல்லை பாதுகாப்புப் படை முகாமின் அதிகாரி கம்பனி கமாண்டர் அவர்கள் வந்து எங்கள் அனைவரையும் இன்முகத்துடன் வரவேற்றார்.

எல்லை பாதுகாப்புப் படையினருடன் சந்திப்பு / கலந்துரையாடல்:

உள்ளே புல்வெளியில் வட்டமாக நாற்காலியில் அமரவைத்து எங்கள் அனைவருக்கும் தேநீரும், சிற்றுண்டியும் வழங்கப்பட்டது. எங்களில் சில நபர்கள் தேநீர் அருந்த மாட்டார்கள் என்பதனை அங்குள்ள மேல் அதிகாரி அறிந்திருப்பார் போல, ஏனென்றால் தேநீர் அருந்தாதவர்களுக்கு பழச்சாறு வழங்கப்பட்டது. அப்பொழுது அவர்கள் நமது மாணவர்கள் மீது வைத்திருந்த அன்பு என்னை கலங்க வைத்தது! தேநீர் அருந்தும் போது அங்குள்ள வீரர்கள் எங்களுடன் அமர்ந்து கலந்துரையாடினர். அப்பொழுது அங்குள்ள

எல்லை பாதுகாப்புப் படை முகாமில் தமிழக மாணவர்களுக்கு விருந்தோம்பல்

ஒரு தமிழக வீரர் நம்மைப் பார்த்த மகிழ்ச்சியில் அவரின் வாழ்த்துகளை தெரிவித்து சந்தோஷமாக பேச ஆரம்பித்தார். அந்தத் தமிழக வீரர் எங்களுக்கு வழிகாட்டிடவும் எங்களுடன் கலந்துரையாடவும் மேலதிகாரியால் இங்கு வரவழைக்கப்பட்டார் என்பது பிறகுதான் தெரிந்தது. அவ்வளவு சிறப்பான கவனிப்பு!

கம்பனி கமாண்டர் அவர்கள் உசைனிவாலா எல்லையின் சிறப்பை எங்கள் எல்லோருக்கும் புரியும் வகையில் மிகத் தெளிவாக ஆங்கிலத்தில் விளக்கிக் கூறினார். இந்த எல்லை பாதுகாப்புப்படையானது டிசம்பர் 1, 1965-ஆம் ஆண்டு தொடங்கப்பட்டபோது ஒவ்வொரு மாநிலத்தில் இருந்தும் காவல் அதிகாரிகள் வரவழைக்கப்பட்டனர். பின் நாட்களில் இது எல்லை பாதுகாப்புப் படையென மிகப் பெரிய அளவில் விரிவாக்கம் செய்யப்பட்ட தகவல்களோடு, அப்பகுதியின் வரலாறு, நிலப்பரப்பு

தமிழகத்திலிருந்து கொண்டு செல்லப்பட்ட தீபாவளி வாழ்த்துக் கடிதங்கள் எல்லையில் வழங்கியபோது

அமைப்பு, உள்ளிட்டவற்றையும் எங்களுக்குப் புரியும்படி அழகாக விளக்கிச் சொன்னார். பிறகு அவர் நாங்கள் கேட்ட கேள்விகளுக்கு இன்முகத்துடன் பதிலளித்தார். பின்னர் எங்களைப் பார்த்து, 'நீங்கள் அனைவரும் நன்றாகப் படிக்க கூடியவர்கள் என்று நினைக்கிறேன். ஆகையால் நீங்கள் இங்கு வர வேண்டுமானால் உயர் பதவியில் வர வேண்டும். எனவே அனைவரும் நன்கு படித்து UPSC போன்ற தேர்வுகளில் தேர்ச்சி பெற வேண்டும்' என்று அக்கறையோடு கூறினார்.

14. வாழ்த்துக் கடிதங்கள் வழங்கிய வண்ணமிகு தருணங்கள்

- மாணவன் த. ஸ்ரீராம்

அங்கு அந்த முகாமில் இருந்த அனைவரும் மிடுக்கான சீருடையில் தயாராக இருந்தனர். நாங்கள் எடுத்து வந்த வாழ்த்துக் கடிதங்களில் ஒரு பகுதியை வாகா எல்லையில் கொடுத்து விட்டு வந்தோம். ஏற்கனவே நாங்கள் நமது நாட்டின் எல்லையில் உள்ள வீரர்களுக்கு வாழ்த்துக் கடிதங்களை எழுதி அனுப்பி உள்ளோம். ஆனால் இம்முறை தமிழகத்தின் பல்வேறு ஊர்களிலிருந்து பல்வேறு பள்ளிகள் மற்றும் பொதுமக்கள் எழுதிய சுமார் 5000க்கும் மேற்பட்ட வாழ்த்துக் கடிதங்களை எங்களுடன் எடுத்துச் சென்றிருந்தோம். ஆகையால் மீதமுள்ள வாழ்த்துக் கடிதங்கள் அனைத்தையும் ஒவ்வொருவராக அவர்களிடம் வரிசையாகச் சென்று கொடுத்தோம். அந்த கடிதங்களைப் பார்த்த பிறகு அவர்கள் கண்களில் அத்தனை ஆனந்தம்! பெரும்பாலும் அவை தீபாவளி வாழ்த்துக் கடிதங்கள்! அதை என்னால் இப்படி சாதாரண வார்த்தைகளால் மட்டுமே சொல்ல முடிகிறது! அப்போது அவர்களின் கண்களில் இருந்த தனிமையின் ஏக்கத்தை சற்று குறைத்தது போல் எனக்குத் தோன்றியது. தமிழ், ஆங்கிலம் என இரண்டு மொழிகளிலும் இருந்த வாழ்த்துக் கடிதங்களை அங்கே அவர்களிடம் கொடுத்தோம். தமிழ், ஆங்கிலம் இப்படி மொழிகளையெல்லாம் தாண்டி மாணவர்கள் கைவண்ணத்தில் தேசியக்கொடி உள்ளிட்ட ஓவியங்கள்

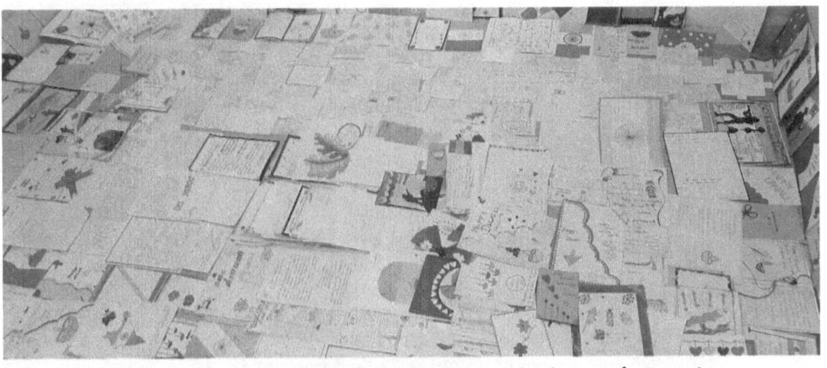

தமிழகத்திலிருந்து எல்லைப் பயண மாணவர்கள் கொண்டுசென்ற 5000 வாழ்த்துக் கடிதங்கள்

எல்லை பாதுகாப்புப் படையினரைப் பெரிதும் ஈர்த்தன. நமது வாழ்த்துக்களை எல்லையில் உள்ள வீரர்களுக்கு தெரிவிக்க மொழி ஒரு தடையல்ல, உணர்வுகளே போதும் என்பதை அப்போது நாங்கள் கண்கூடாகப் பார்த்து உணர்ந்தோம்!

பிறகு சற்று நேரம் எல்லை பாதுகாப்புப் படையினருடன் பேசிக்கொண்டிருந்தோம். இவர்களுக்கு வருடத்திற்கு இரண்டு-மூன்று மாதங்கள் விடுமுறை உண்டு. பெரும்பாலும் எல்லையில் குடும்பத்தைப் பிரிந்தே நாட்டைக் காக்கும் பாதுகாப்புப் பணியில் இருக்க வேண்டும். இதில் இரண்டை மட்டும் நான் இங்கு குறிப்பிட விரும்புகிறேன், நான் ஒரு வீரரிடம் பேசிக் கொண்டிருந்த பொழுது அவர் கூறியது, "எனக்கு கிரிக்கெட் வீரராக ஆக வேண்டும் என்ற ஆசை. ஆனால், இப்போது நான் உங்கள் முன்னால் ஒரு எல்லைப் பாதுகாப்புப் படை வீரராக நின்று கொண்டிருக்கிறேன்" என்று கூறினார். அவருக்கு நான் கூறிய பதில் என்னவென்றால், "நீங்கள் உங்கள் கனவைத் தொலைத்து விட்டீர்கள் அது உண்மைதான். ஆனால் நீங்கள் நாட்டில் உள்ள பல லட்சம் இளைஞர்களின் கனவைப் பூர்த்தி செய்து கொண்டிருக்கிறீர்கள்" இதை நான் கூறிய பின் அவரின் முகத்தில் அத்தனை ஆனந்தம்! நான் கூறியது உண்மைதானே நீங்களே சொல்லுங்கள்? அப்போது மற்றொரு வீரர், 'நம் நாட்டு மக்கள் அனைவரும் பாதுகாப்பாக இருக்க இங்கு எல்லையில் இரவு பகலாக இந்த நாட்டை நாங்கள் பாதுகாப்போம்! எங்கள் தாய் நாட்டிற்காக இந்த கஷ்டங்களை மட்டுமல்ல எங்கள் உயிரைப் பறிக்கும் கஷ்டத்தையும் சுகமாகவே ஏற்போம்! இதில் நாங்கள் பெருமை கொள்கிறோம்!' என்று சொன்ன போது நாங்கள் எதுவும் பேச முடியாமல் திகைத்து நின்றோம்!

எல்லையில் தமிழக மாணவர்களின் மனம் நெகிழ்ந்த தருணங்கள்

எல்லைப் புற முகாமில் உள்ள எல்லைப் பாதுகாப்புப் படையினர், அண்டை நாடான பாகிஸ்தான் நாட்டின் தாக்குதல்கள், தீவிரவாத ஊடுருவல் போன்ற பிரச்சனைகளை முறியடிக்க எந்நேரமும் தீவிரமான கண்காணிப்புப் பணியில் ஈடுபட்டுள்ளனர். மேலும் ஆயுதங்கள் மற்றும் போதைப் பொருட்கள் கடத்தல் போன்ற சட்ட விரோத செயல்களைத் தடுத்து நமது நாட்டை இரவு பகலாக பாதுகாத்து வருகின்றனர் என்பதை நேரில் பார்க்கும்போது ஆச்சரியமும் மரியாதை உணர்வும் மனதில் பெருகியது! இப்போதுதான் எங்களுக்குப் புரிந்தது, BSF எனப்படும் இந்த எல்லை பாதுகாப்புப் படையை ஏன் இந்தியாவின் முதல் நிலை அரண் (India's First Line of Defence) என்று சொல்கிறார்கள் என்பது!

அப்போது முதல் நாங்கள் சிந்திக்கத் தொடங்கினோம்... நாமெல்லாம் என்ன செய்து விட்டோம் இந்த நாட்டிற்கு? என்ற கேள்விகள் எங்களை வருத்தியது. அப்போதிலிருந்து நம்நாட்டின் மீது நாங்கள் கொண்ட மதிப்பும் மரியாதையும் அதிகரிக்கத் தொடங்கியது. இனி நாம் எப்படி படிக்கப் போகிறோம்? இனி எப்படி உழைக்கப் போகிறோம்? என்ற கேள்விகளை முன்வைத்து எங்கள் வாழ்க்கைப் பயணத்தைத் தொடர மனதளவில் தயாரானோம்!

எல்லையில் உண்ட இரவு உணவு:

இவ்வளவு தூரம் கடந்து தமிழகத்திலிருந்து நமது நாட்டின் எல்லையைக் காண வந்திருக்கும் மாணவர்கள் இவர்கள் என்று எங்களைப் பெருமிதத்தோடு பாராட்டினார்கள். அன்று எங்களுக்கு

மட்டற்ற மகிழ்ச்சியில் எல்லைப் பாதுகாப்பு வீரர்கள்

இரவு உணவானது எல்லை பாதுகாப்புப் படையினரின் முகாமிலேயே வழங்க ஏற்பாடு செய்யப்பட்டது. இரவு உணவு மிகவும் சிறப்பாக இருந்தது. அதிலும் எல்லைப் பாதுகாப்புப் படை வீரர்களே அவர்களின் கைகளால் எங்களுக்குப் பரிமாறியது அன்னையின் கைகளில் உணவு அருந்தியது போலவே ஒர் எண்ணத்தைக் கொடுத்தது. பின் நாங்கள் அனைவரும் எல்லைப் பாதுகாப்புப் படையினரிடம் ஆசிர்வாதம் பெற்று புறப்படத் தயாரானோம். அவர்கள் எங்கள் அனைவரையும் ஆசீர்வதித்து எங்கள் அனைவருக்கும் இனிப்புகள் வழங்கினார்கள்! நாங்கள் கொண்டு வந்த பழங்களை எங்களுக்கும் கொடுத்து எங்களை வழியனுப்பி வைத்தனர்! இதில் அவர்களின் விருந்தோம்பல் எங்கள் விருந்தோம்பலை வெற்றி கொண்டது!

இந்த உசைனிவாலா எல்லையில் மக்கள் அனைவருக்கும் ரிட்ரீட் செரிமனி நிகழ்வைக் காண மட்டும்தான் அனுமதி வழங்கப்படும். ஆனால் எங்களுக்கு பி.எஸ்.எஃப் அதிகாரிகளுடனும் வீரர்களுடனும் அமர்ந்து பேசி, அவர்களைக் கட்டித் தழுவும் வாய்ப்பு வழங்கப்பட்டது! மேலும் நாங்கள் அனைவரும் அங்கு அவர்களின்

முகாமில் இரவு 8 மணி வரை இருந்தோம். நாங்கள் நினைத்தாலும் இந்த இடத்திற்கு மீண்டும் செல்ல இயலாது. எங்களின் இந்த எல்லைப் பயண ஒருங்கிணைப்பாளர் திரு.சுகுமாரன் ஐயா நடப்பதற்கு சற்று சிரமப்படுகிறார் என்பதனை அறிந்து அவருக்காக வீல்சேர் வழங்கப்பட்டது. மேலும் அவரை கவனித்துக் கொள்ள ஒரு எல்லைப் பாதுகாப்புப் படை வீரரையும் நியமித்தது அனைவரையும் நெகிழ்ச்சியில் உறைய வைத்தது. அவர்கள் செய்த உபசரிப்புக்கு எத்தனை நன்றி கூறினாலும் போதாது.

இந்தப் பயணம் எங்களுக்கு ஒரு பயனுள்ள அனுபவப் பாடமாக அமைந்தது என்று சொல்லலாம். ஒழுக்கத்தோடு உழைப்பும் அர்ப்பணிப்பும் இருந்தால் நாமும் உயரலாம் நமது நாடும் உயரும். எங்களுக்கு இன்றையநாள், நாட்டிற்காகவும் நாட்டு மக்களுக்காகவும் நாங்கள் செய்ய வேண்டிய செயல்கள் என்ன என்று சிந்திக்கத் தொடங்கிய நாளாக அமைந்தது! இப்படிப்பட்ட இடங்களை நேரில் சென்று பார்க்கும் பொழுது நம் நாட்டிற்கு நான் ஆற்ற வேண்டிய கடமைகள் பல உள்ளன என்பதனை அறிந்து கொள்ள இந்தப் பயணம் எனக்குப் கிடைத்த ஒரு அரிய வாய்ப்பாக, இல்லை இல்லை இப்பிறவியில் எங்களுக்கு கிடைத்த மிகப்பெரிய வரமாகவே கருதுகிறோம்! வாழ்க பாரதம்! ஜெய்ஹிந்த்!

ஆலோசகரின் மனதிலிருந்து

பயணங்கள் எப்போதும் பொழுதுபோக்கு சார்ந்தோ, கல்வி சார்ந்தோ, அல்லது கலை சார்ந்தோ அமையும். ஆனால் புதுமை செய்திருக்கிறார்கள் "தியாகம் போற்றுவோம்" அமைப்பினர். தங்கள் வாழ்வைத் தியாகம் செய்து நாடு காக்கும் எல்லைப் பாதுகாப்புப் படையினரைச் சந்தித்து வரவும், கடிதங்கள் தரவும், வரலாறு அறியவும், விடுதலைப் போர் நினைவிடங்களைக் காணவும் எனச் சிறப்பான திட்டமிடலுடன் அரங்கேறியிருக்கிறது எல்லைப் பயணம்! மாணவர்களுக்குப் பாராட்டுகள்! வழிநடத்தியவர்களுக்கு வாழ்த்துகள்! ஜெய்ஹிந்த்!

திருமதி வே. லாவண்யா,
ஆசிரியை, திருச்சிராப்பள்ளி

15. எல்லை தாண்டிய இரயில் பயணம்

– மாணவன் த.கபிலன்

எங்களது இந்த எல்லைப் பயணத்தில் ஒவ்வொரு இடங்களும் நிகழ்வுகளும் எங்கள் மனதைத் தொட்டது மட்டுமல்ல, மனதில் நீங்காமல் பதிந்தும் விட்டன. அப்படிப்பட்ட அருமையான ஒரு இடம்தான் இந்த இரயில் தியேட்டர். 04.11.2022 அன்று மாலை உசைனிவாலா எல்லையில் நாங்கள் பார்த்த இடம்தான் அது. பல முறை நான் எனது அம்மா அப்பாவுடன் படம் பார்க்க சினிமா தியேட்டருக்குப் போய் இருக்கிறேன். அதுபோல இது ஒரு சாதாரண சினிமா தியேட்டர் இல்லை.

நாங்கள் உசைனிவாலா போர் நடந்த இடத்தைப் பார்த்த பிறகு போரில் முழுமையாக சேதமடைந்த அந்த கட்டடத்தின் அருகில் போனோம். அங்கு துண்டு துண்டாக இரயில் தண்டவாளங்கள் சிதறிக் கிடந்தன. அந்த இடத்தில் ஒரேயொரு இரயில் பெட்டி மட்டும் இருந்தது. நாங்கள் நினைத்தோம் சேதமடைந்த அந்த கட்டடத்தோடு இந்த பழைய இரயில் பெட்டியையும் விட்டு வைத்து இருக்கிறார்களென்று. ஆனால் எங்களுக்கு உள்ளே நுழைந்தவுடன்தான் ஆச்சரியம் காத்திருந்தது. அதுதான் *Virtual Train Journey Show.*

உசைனிவாலா எல்லையில் Virtual Train Journey Show

அந்த நீளமான இரயில் பெட்டியில் சுமார் 100 பேர் வரை அமரும் வசதி கொண்ட இருக்கைகள் இருந்தன. முழுவதும் ஏ.சி. வசதி செய்யப்பட்டு வெளியிலிருந்து நாங்கள் பார்த்ததற்கும் உள்ளே வந்து பார்ப்பதற்கும் ஏகப்பட்ட வித்தியாசம். அவ்வளவு இரம்மியமாக இருந்தது அந்த இரயில் பெட்டி. நாங்கள் உள்ளே நுழைந்து பயணிகளைப் போல அந்த இருக்கைகளில் அமர்ந்து கொண்டோம். அந்த இரயில் பெட்டியினுள்ளே சன்னல்களுக்குப் பதிலாக நவீன தொலைக்காட்சிப் பெட்டிகள் இருந்தன. உடனே அந்த இரயில் பெட்டியின் கதவு மூடப்பட்டு விளக்குகள் அணைக்கப்பட்டன.

இரயிலின் எஞ்சின் ஸ்டார்ட் ஆகி இயங்க ஆரம்பித்தது. அப்போது இரயில் வேகம் எடுப்பது போன்ற ஒரு சத்தம்! உடனே வண்டி புறப்படும் போது ஏற்படும் அதிர்வு போல ஒரு குலுக்கு குலுக்கி விட்டு வண்டி புறப்பட்டது (குலுங்க ஆரம்பித்தது). அப்போது எங்கள் பள்ளியில் ஸ்மார்ட் கிளாஸில் உள்ளது போல முன்னும் பின்னும் இரண்டு புரஜக்டரின் திரைகள் ஒரு மெல்லிய இசையோடு தோன்றியது. இரயிலின் ஓசை, தொட்டிலில் போட்டு நம்மை ஆட்டுவது போல குலுங்கும் தாலாட்டு! இரயில் பெட்டி முழுவதும் திரைகளில் ஓடும் காணொளி அந்த நிமிடங்கள் அவ்வளவு அற்புதமாக இருந்தது! அதோடு அந்த இரயில் பெட்டி முழுவதும் வைக்கப்பட்டிருந்த அனைத்துத் தொலைக்காட்சிகளும் ஒரே நேரத்தில் இயங்க ஆரம்பித்தன.

அப்போது ஒரு கம்பீரமான ஆணின் குரல் இந்தியில் ஒலிக்க ஆரம்பித்தது. நாங்கள் அனைவரும் அமைதியாக கவனிக்கத் தொடங்கினோம். சில இடங்களில் கொஞ்சம் புரியவில்லை. ஆனாலும் அந்த காணொலியின் மையக்கருத்தைப் புரிந்து கொண்டோம்.

சுதந்திரத்திற்கு முன்பு இந்தியாவும் பாகிஸ்தானும் பிரிக்கப்படாமல் இருந்தபோது இதே பாதை வழியாகத்தான் இரயில் போக்குவரத்தும் நடைபெற்றுக் கொண்டிருந்தது. அந்த இரயில் (காணொளி) எங்களை உசைனிவாலா இரயில் நிலையத்திலிருந்து புறப்பட்டு பாகிஸ்தானின் பெஷாவர் இரயில் நிலையம் வரை அழைத்துச் சென்றது. அது எங்கள் பாட்டி கதை சொல்வது போல வழி நெடுக ஒவ்வொரு இரயில் நிலையத்திலும் நின்று அந்த ஊரின் முக்கியத்துவத்தையும் வரலாற்றுச் சிறப்புகளையும் அழகாக விவரித்துச் சொன்னது!

அதில் ஓர் ஊரைப் பற்றி மட்டும் இங்கே சொல்கிறேன், நாம் தினசரி சமையலில் பயன்படுத்தும் வெந்தயம் மிகவும் மருத்துவ குணங்கள் நிறைந்த ஒரு பொருளாகும் இந்த வெந்தயம் வட இந்தியாவில் அதிக அளவு பயிரிடப்படுகிறது. வெந்தயத்தை ஹிந்தியில் மேத்தி என்று சொல்கிறார்கள். பாகிஸ்தானில் லாகூர் மாவட்டத்திலுள்ள ஒரு நகரம் கசூர். இப்பகுதியில் விளையும் வெந்தயம் மிகுந்த மருத்துவ குணமும் உயர்ந்த தரமும் கொண்டதாக இருந்தது. ஆகையால் நாளடைவில் அது 'கசூரி மேத்தி' என்று அந்த ஊரின் பெயராலேயே புகழ்பெற்று இன்றளவும் அப்படியே அழைக்கப்படுகிறது.

இப்படி அந்த இரயில் பயணம் ஒவ்வொரு ஊரிலும் நின்று அந்த ஊரைச் சுற்றி பார்த்து விட்டு வந்ததுபோல் எங்கள் அனைவருக்கும் சுவாரஸ்யமாக இருந்தது! எங்களுக்கு இந்த எல்லைப் பயணத்தில் இப்படி ஒரு சிறப்பான இடத்தைப் பார்க்க வாய்ப்பு கிடைத்தது மிகவும் மகிழ்ச்சியாக இருந்தது. ஜெய்ஹிந்த்!

வாழ்த்துரை

அரசுப் பள்ளி மாணவர்களுக்கு போர்க்குணமும் - பொறுமையும், துணிவும் -பணிவும், செயலும்-எழுத்தும் எனப் பல அனுபவப் பாடங்களைக் கற்பித்திருக்கிறது எல்லைப் பயணம்! மாணவர்கள் மனம் எனும் நிலத்தைப் பண்படுத்துவதில் முன்னத்தி ஏராய் விளங்கும் "தியாகம் போற்றுவோம்" அமைப்பிற்கு நன்றி! பயணம் சென்று வந்த மாணவர்களுக்கு வாழ்த்துகள்! இது போன்ற செயல்பாடுகளின் மூலம் நமது மாணவர்களிடையே நல்ல மாற்றத்தை உருவாக்க முடியும் என்ற நம்பிக்கையை எல்லைக்கு ஒரு பயணம் உணர்த்துகிறது. தியாகம் போற்றுவோம் அமைப்பின் ஆலோசகராக நான் மட்டற்ற மகிழ்ச்சியும் நம்பிக்கையும் கொள்கிறேன்.

தொடரட்டும் ஏரோட்டம்! ஜெய்ஹிந்த்.

திரு.சு.பாலச்சந்தர் அவர்கள்,
காஞ்சிபுரம்.

16. தியாக வரலாற்றின் சங்கமம் தேசிய போர் நினைவிடம், புது தில்லி

–மாணவன் ச.தினேஷ்

இந்த எல்லைப் பயணத்தில் பங்கேற்க எனக்கும் வாய்ப்பு கிடைத்தது மிகப்பெரிய பாக்கியம் என்று நான் இந்த போர் நினைவிடத்தை தரிசித்த பிறகு உணர்ந்து கொண்டேன்! நாங்கள் அனைவரும் 04/11/2022 அன்று காலை 11 மணியளவில் "தேசியப் போர் நினைவிடம்" காண்பதற்கு ஆவலுடன் புறப்பட்டுச் சென்றோம். பேருந்தில் ஏறி அமர்ந்து செல்லும் வழியில் மிகப் பெரிய அளவில் கம்பீரமாகக் காட்சியளித்தது நேதாஜி சுபாஷ் சந்திரபோஸின் சிலை. எட்டுத்திக்கும் கொடி பறக்க வாயிலின் எந்தப் பக்கம் இருந்து பார்த்தாலும் தெளிவாக நேதாஜியின் சிலை கம்பீரமாகக் காட்சியளித்தது.

தேசிய போர் நினைவிடம்(NWM)

நமது தியாக வரலாற்றைச் சொல்லும் இது இந்தியா கேட் பகுதியில் 40 ஏக்கர் பரப்பளவில் அமைந்துள்ளது. தேசிய போர் நினைவிடம் 23.02.2019-இல் திறக்கப்பட்டுள்ளது. போர் நினைவிடத்தின் உள்ளே நமது நாட்டைக் காக்கப் போரில் தங்களது இன்னுயிரைத் தியாகம் செய்த வீரர்களின் பெயர்களுடன் அவர்களது படைப்பிரிவு விவரமும் அங்குள்ள கல்வெட்டுகள் போன்ற சுவர்களில் பொறிக்கப்பட்டுள்ளன. இப்போர் நினைவிடம் 1962 ஆம் ஆண்டு இந்தியா-சீனா போர், இந்தியா-பாகிஸ்தான்

தேசிய போர் நினைவிடம், புது தில்லி

தேசிய போர் நினைவிடத்தில் மாணவர்கள்

போர்களான 1947-48, 1965, 1971, 1999 மற்றும் இலங்கை அமைதிப்படை ஆகியவற்றில் உயிரிழந்த வீரர்களுக்கு அஞ்சலி செலுத்தும் விதமாக அமைக்கப்பட்டுள்ளது. இப்போர் நினைவிடம் சக்கர வியூகத்தை உணர்த்தும் விதமாக அமைந்துள்ளது. அவற்றையெல்லாம் நாங்கள் உருக்கமாகப் படித்துப் பார்த்தோம்.

ஒவ்வொரு போர் வீரரின் தியாகத்தையும், அவர்களின் மேன்மையையும் அந்த எழுத்துகள் பறைசாற்றின. தமிழ்நாட்டின் பல்வேறு பகுதிகளைச் சேர்ந்த வீரர்களின் பெயர்களை நாங்கள் வியப்பு மேலிட இது எங்கள் ஊர் பக்கம், இவர் எங்கள் ஊர் பக்கம் என பெருமையாய்ப் பகிர்ந்துகொண்டோம்! அதன் உள்ளே அரங்கம் போன்று காட்சியளித்தது. அதன் மையத்தில் இந்திய தேசிய இலச்சினை (நான்கு தலை சிங்கம்) பெரிய நீண்ட கோபுரம் மேல் அமைக்கப்பட்டு இருந்தது, அதன் கீழ் அணையா விளக்கும், அதன் அருகில் ஒரு வீரர் சிலை போல் ஒரு துளி கூட அசையாமல் நின்று கொண்டு இருப்பதையும் காண முடிந்தது.

அமர் சக்கரா:

இங்கு போரில் உயிரிழந்த வீரர்கள் நினைவாக அமர்ஜவான் ஜோதி எனப்படும் அணையா தீபம் ஏற்றப்பட்டுள்ளது. நாங்கள் அனைவரும் இங்கு இரண்டு நிமிடங்கள் மௌன அஞ்சலி செலுத்தினோம்.

வீர்த்தா சக்கரா:

ஆறு பெரும்போர்களின் வீரதீர தியாகங்களை உணர்த்தும் விதமாக வெண்கலத்தில் போர்க் காட்சிகள் பொறிக்கப்பட்டுள்ளன.

தியாகச் சக்கரா:

இது நாட்டிற்காக உயிர்த் தியாகம் செய்த சுமார் 29,760 வீரர்களின் பெயர்களைக் கொண்டுள்ளது.

இரட்சக சக்கரா:

பிரதான நுழைவாயிலுக்கு அருகில் உள்ள வெண்கல ஸ்தூபி 21 பரம்வீர் சக்கரா விருது பெற்ற மாவீரர்களின் வீரத்தை போற்றும் விதமாக அமைக்கப்பட்டுள்ளது.

இப்படி இந்த நினைவிடத்தின் சுவர்களில் நமது இந்தியாவின் போர்களைப் பற்றிய விவரங்கள் எழுதப்பட்டிருந்தன. அவற்றிலிருந்தும் அங்கு நாங்கள் வாங்கிய புத்தகங்களிலிருந்து சேகரித்த தகவல்களிலிருந்தும் நமது நாட்டைக் காக்க நடைபெற்ற ஐந்து பெரும் போர்கள் பற்றிய குறிப்புகளை இங்கு கொடுத்துள்ளேன்.

இந்தியா-பாகிஸ்தான் போர் 1947 போருக்கான காரணம்:

இந்தியா-பாகிஸ்தான் பிரிவினையின்போது இசுலாமியர் பெரும்பான்மை கொண்ட ஜம்மு & காஷ்மீர் இந்து மன்னரான மன்னர் ஹரிசிங், தனது நாட்டை இந்தியா அல்லது பாகிஸ்தானுடன் இணைக்க விரும்பாது தனித்து ஆட்சி செய்து வந்தார். இசுலாமிய பெரும்பான்மை கொண்ட காஷ்மீர் பகுதிகளைக் கைப்பற்ற பஷ்தூன் பழங்குடி மக்களைக் கொண்ட ராணுவத்தை 22 அக்டோபர் 1947 அன்று பாகிஸ்தான் அனுப்பியவுடன், மன்னர் ஹரிசிங் இந்தியாவின் ராணுவ உதவியை நாடினார். இந்தியா விதித்த நிபந்தனையின்படி இந்தியாவுடன் ஜம்மு & காஷ்மீர் இணைக்க மன்னர் ஹரிசிங் ஒப்புக் கொண்ட பின்னரே இந்தியா தன் ராணுவத்தை ஜம்மு&காஷ்மீருக்கு அனுப்பியது.

தேசிய போர் நினைவிடத்தை தரிசித்த மாணவர்கள்

போர் நடைபெற்ற விதம் :

இந்திய இராணுவம் ஜம்மு & காஷ்மீரில் நுழைவதற்குள் பாகிஸ்தான் ராணுவம் வடக்கு காஷ்மீர் (ஆசாத் காஷ்மீர்) முழுவதும் மற்றும் மேற்குப் பகுதியின் சில பகுதிகளையும் கைப்பற்றிக்கொண்டது. எஞ்சிய ஜம்மு & காஷ்மீர் பள்ளத்தாக்கு மற்றும் லடாக் பகுதிகளைப் பாகிஸ்தானுடன் போரிட்டு இந்தியா தன்னுடன் இணைத்துக் கொண்டது. இந்தப் போரின் இறுதி கட்டத்தில் ஐக்கிய நாடுகள் சபை தலையிட்டு இந்தியா-பாகிஸ்தான் போரை 1948 ஜனவரி 1-ஆம் தேதி முடிவுக்கு கொண்டு வந்தது.

போரின் முடிவு:

1.இப்போரில் இந்தியா வெற்றி பெற்றது.

2. மன்னர் ஹரிசிங் தலைமையிலான ஜம்மு & காஷ்மீர் முடியாட்சியிலான நாடு கலைக்கப்பட்டது.

3. 1949 ஆம் ஆண்டு ஐ.நா.சபை இந்தியா பாகிஸ்தான் நாடுகளுக்கு இடையே எல்லையாக போர்நிறுத்தக் கோடு வரையறை செய்தது.

4. பின்பு போர் நிறுத்தக் கோடே எல்லைக் கோடாக (Line of Control) மாறியது.

இந்தியா-பாகிஸ்தான் போர் 1965 போருக்கான காரணம்:

1965 ஆம் ஆண்டு பாகிஸ்தான், குஜராத்தின் (இந்தியா) கட்ச் எல்லைப் பகுதியைத் (Rann of Katch) தன்னுடையது என்றது. இந்தியாவின் காஷ்மீரையும் பஞ்சாப்பையும் பிடித்துக் கொள்வதற்கு பாகிஸ்தான் அரசாங்கம் ஒரு மிகப் பெரிய சதித் திட்டத்தை உருவாக்கியது. அதை நிறைவேற்ற பாகிஸ்தான்,

1. பாலைவன ராஜாளி

2. ஜிப்ரால்டர்

3. கிராண்ட் ஸ்லாம்

ஆகிய மூன்று வியூகங்களை வகுத்து இந்தியாமீது தொடுத்தது.

போர் நடைபெற்ற விதம் :

பாகிஸ்தானின் பாலைவன இராஜாளி திட்டம் இந்திய ராணுவத்தால் முறியடிக்கப்பட்டது. அதனைத் தொடர்ந்து

ஜிப்ரால்டர் தாக்குதல்களை நடத்தி மீண்டும் பாகிஸ்தான் தோல்வி கண்டது. இறுதியாக கிராண்ட் ஸ்லாம் திட்டம்; இதையும் இந்தியா மிகவும் துணிவுடன் எதிர்கொண்டு வெற்றி கண்டது. இந்தப்போரில், பஞ்சாப் மாநிலம் தரன்தாரன் மாவட்டத்தில் உள்ள கேம் கரன் மற்றும் அசல் உத்தரில் நடந்த டாங்கு படைகளின் சண்டை (Tank War) வரலாறு காணாத ஒன்றாகும். உலக சரித்திரத்தில் இரண்டாம் உலகப் போருக்கும், 1991 வளைகுடா போருக்கும் இடையே நடைபெற்ற மிகப்பெரிய டாங்கு படைகளின் சண்டை இதுதான். ஐந்து மாதங்களுக்கும் மேலாக நடைபெற்ற இப்போரில் இரு தரப்பிலும் ஆயிரக்கணக்கான உயிரிழப்புகள் நிகழ்ந்தன. போரின் போது இந்திய ராணுவத் தளபதியாக இருந்தவர் ஜெனரல் J.N செளத்ரி (General J.N Choudhuri).

போரின் முடிவு:

1. இப்போரில் இந்தியா வெற்றி பெற்றது.

2. செப்டம்பர் 22 ஆம் நாள் ஐக்கிய நாடு சபையின் அமைதி முயற்சி மூலம் தாஷ்கண்ட் நகரில் இரு நாடுகளுக்கும் இடையே அமைதி ஒப்பந்தம் கையெழுத்தானது.

3. ஒப்பந்தப்படி, இரு நாடுகளுக்கும் எந்த பகுதி இழப்பும் இல்லாதபடி பழைய நிலைக்கு தங்களது துருப்புகளை திரும்ப அழைக்க ஒப்புக்கொண்டன.

4. இப்போரில் நமது இந்திய வீரர்கள் 2862 பேர் உயிரிழந்தனர் மற்றும் 8617 பேர் காயமடைந்தனர்.

இந்தியா-பாகிஸ்தான் போர் 1971 போருக்கான காரணம்:

1971 மார்ச் 25 ஆம் தேதி பாகிஸ்தான் ராணுவம் கிழக்கு பாகிஸ்தானின் தற்போதைய பங்களாதேஷ் ஆபரேஷன் சர்ச் லைட் (Operation Search Light) என்ற ராணுவ நடவடிக்கையைத் தொடங்கியது. இது முழுக்க முழுக்க ஓர் இன அழிப்புத் திட்டம். அதை எதிர்த்த கிழக்கு பாகிஸ்தான் ராணுவத்தினர், துணை இராணுவத்தினர் எல்லோரும் சேர்ந்தபோது "முக்தி பாகினி" (விடுதலை ஆயுதப்படை) உருவாகி பாகிஸ்தான் ராணுவத்தை எதிர்த்துப் போராடினர். உள்நாட்டுப் பிரச்சனையால் பாகிஸ்தான் மக்களின் கவனத்தையும் உலகத்தின் பார்வையையும் திசை திருப்ப பாகிஸ்தான், இந்தியாவின் மேற்குப் பகுதியில் தாக்குதல் நடத்தத் தொடங்கியது. இதனைத் தொடர்ந்து இந்தியா போரில் இறங்கியது.

போர் நடைபெற்ற விதம்:

இப்போரில் இந்தியாவின் தரைப்படை, விமானப்படை, கடற்படை மற்றும் எல்லைப் பாதுகாப்புப் படைகள் ஈடுபட்டன. *Western Theatre* எனப்படும் கிழக்குப் பெருங்களத்திலும் சண்டைகள் நடைபெற்றன. இந்திய ராணுவம் மேற்கில் நடந்த சண்டைகளில் அதிக இழப்புகள் இல்லாமல் பார்த்துக் கொண்டது. மேற்கில் நடந்த சண்டையில் இந்தியாவிற்கும் பாகிஸ்தானிற்கும் வெற்றியும் இல்லை; தோல்வியும் இல்லை; ஆனால் பாகிஸ்தான் வரலாற்றைப் புரட்டிப்போட்ட கிழக்குப்பக்கம் நடந்த சண்டைகள் தான் போரின் முடிவைத் தீர்மானித்தன. போரின்போது இந்திய ராணுவத் தளபதியாக இருந்தவர் ஜெனரல்*S.H.F.J* மானக்ஷா*(General S.H.F.J Manaksha)*.

போரின் முடிவு:

1. இப்போரில் இந்தியா வெற்றி பெற்றது.

2. கிழக்குப் பாகிஸ்தானில் இருந்து பிரிந்து வங்காளதேசம் *(Bangladesh)*என்ற புதிய நாடு உருவானது.

3. இந்தியப் படைகள் கிட்டத்தட்ட 5795 சதுர மைல்கள் நிலத்தை மேற்கு பாகிஸ்தானிடமிருந்து கைப்பற்றி பின்னர் சிம்லா ஒப்பந்தத்தின் போர் நல்லெண்ண அடிப்படையில் திருப்பிக் கொடுத்தது.

4. இப்போர் 13 நாட்கள் நீடித்தது. வரலாற்றில் மிகவும் குறுகிய காலம் நடைபெற்ற போராக இடம்பெற்றது.

5. இப்போரில் இந்திய ராணுவத்தின் சிறப்பான போர் வியூகத்தில் கிழக்குப் பகுதியில் 97,368 பாகிஸ்தான் ராணுவத்தினர் ஜெனரல் தலைமையில் ஆயுதங்களை ஒப்படைத்து, நிபந்தனையின்றி இந்தியாவிடம் சரணடைந்தனர்.

6. இது இரண்டாம் உலகப் போருக்குப் பின் நடந்த மிகப்பெரிய சரணாகதியாகும்.

7. இப்போரில் நமது இந்திய வீரர்கள் 3843 பேர் உயிரிழந்தனர். 9851 பேர் காயமடைந்தனர் மற்றும் 500 பேர் போர்க் கைதிகளாகினர்.

இந்தியா-பாகிஸ்தான் போர் 1999 போருக்கான காரணம்:

காஷ்மீரை ஆக்கிரமிக்கும் தவறான நோக்கில் பாகிஸ்தானைச் சேர்ந்த ஊடுருவல்காரர்கள் நமது ஜம்மு காஷ்மீரின் கார்கில்

நேதாஜி சுபாஷ் சந்திரபோஸ் சிலை அருகில்

பகுதியில் ஊடுருவி நமது நிலப்பரப்பு சிலவற்றை ஆக்கிரமிப்புச் செய்துவிட்டனர். மே மாதத்தில் கார்கில் பகுதியில் ஊடுருவல்காரர்கள் பல இடங்களை ஆக்கிரமித்து இருப்பதை இந்திய ராணுவம் அறிந்து அவர்களை விரட்டியடிக்க "ஆபரேஷன் விஜய்" (Operation Vijay) என்ற இராணுவ நடவடிக்கையை மேற்கொண்டது.

போர் நடைபெற்ற விதம்:

மேற்கே முஷ்கோ என்ற பள்ளத்தாக்கு முதல் கிழக்கே சோர்பத் பள்ளத்தாக்கு வரை ஆக்கிரமித்து இருந்தது. எனவே, நமது இந்திய இராணுவமும் விமானப் படையும் மீண்டும் நமது நிலப்பரப்பை மீட்டெடுக்க எதிரிகளின்மீது தாக்குதலைத் தொடங்கின. கடல் மட்டத்திலிருந்து 1850 அடி உயரம் கொண்ட செங்குத்தான மலைப் பகுதிகளில் மிகக் கடுமையான சவால் நிறைந்த, எந்த வசதியும் இல்லாத அந்த இடத்தில் இந்தியப் படை போர் புரிந்தது. மே மாதம் 26 முதல் ஜூலை 26 வரை இரண்டு மாதங்கள் போர் நடைபெற்றது. போரின் போது இந்திய ராணுவத் தளபதியாக இருந்தவர் ஜெனரல் வேத் பிரகாஷ் மாலிக்(General V.P.Malik).

போரின் முடிவு:

1. இப்போரில் இந்தியா வெற்றி பெற்றது.

2. இந்திய ராணுவம் நமது இந்தியப் பகுதிகளில் ஊடுருவியிருந்த எதிரிகளை விரட்டியடித்து மீண்டும் நமது நிலப்பரப்பைக் கைப்பற்றியது.

3. இப்போரில் நமது இந்திய வீரர்கள் 527 பேர் உயிரிழந்தனர், 1363 பேர் காயமடைந்தனர்.

இந்தியா-சீனா போர் 1962

போருக்கான காரணம்:

இந்தியாவின் பெரும் பகுதியைக் கைப்பற்றி, ராணுவ முறையிலும் அரசியல் ரீதியிலும் சீனா சூழ்ச்சி செய்து இந்திய பகுதிகளில் ஆக்கிரமிப்பு செய்யத்தொடங்கியது. அரசியல் கொள்கையில் பிற்போக்காக இருக்கும் பாகிஸ்தானுடன் எல்லை ஒப்பந்தம் செய்துகொள்ள சீனா துணிந்தது. நேபாளத்துடன் உறவு கொண்டு இந்தியாவுக்கு விரோதமான கிளர்ச்சிகளையும், ஆர்ப்பாட்டங்களையும் சீனா தூண்டிவிட்டது.

போர் நடைபெற்ற விதம்:

சீனாவின் சமரச மனப்பான்மையில் நம்பிக்கை இழந்துவிட்ட இந்தியா, சீனா ஆக்கிரமித்துக் கொண்ட வடகிழக்கு பகுதிகளை மீட்க வேறு வழியின்றி போரில் இறங்கியது. எல்லையில் இந்தியா-பூட்டான் திபெத் சந்திப்பில் இருக்கும் தோலா போஸ்ட்களை சீனா ஆக்கிரமித்தது. இந்தியப் பகுதிக்குள் முதலில் ஊடுருவிய சீனா லடாக்கில் சுசில் பகுதியில் இருக்கும் வல்லாங் வரை ஆக்கிரமித்துக் கொண்டது. சுதந்திரம் அடைந்து வெறும் 15 வருடங்களே ஆன நிலையில் நம் நாடு கடும் நிதி நெருக்கடியில் இருந்தது. நவீன ஆயுதங்களும் போதிய ராணுவ பலமும் இன்றி சீனாவின் தாக்குதல்களைச் சற்றும் எதிர்பார்க்காத இந்தியா நிலைகுலைந்து போனது. இந்திய அரசு மக்களிடம் நிதஉதவியை நாடும் நிலைக்குத் தள்ளப்பட்டது. போரின்போது இந்திய ராணுவத் தளபதியாக இருந்தவர் ஆர்.என்.தபார்(General R.N.Thapar).

போரின் முடிவு:

1. இப்போரில் சீனா வெற்றி பெற்றது.

2. இந்தியாவின் "அக்சாய் சின்" உள்ளிட்ட இந்தியப் பகுதிகளை சீனா கைப்பற்றிக் கொண்டது.

3. இந்திய ராணுவ வீரர்கள் பலர் எல்லையில் இறுதி மூச்சிருக்கும் வரை நாட்டைக் காக்க போரிட்டு தங்களது உயிரைத் தியாகம் செய்தனர்.

4. இப்போரில் நமது இந்திய வீரர்கள் 1383 பேர் உயிரிழந்தனர், 1000 பேர் காயமடைந்தனர்.

5. இராஜஸ்தான் மாநிலத்தை சேர்ந்த ஒரு கிராம மக்கள் ஒரு குடும்பத்தில் இருந்து தலா ஒருவரை இராணுவத்திற்கு அனுப்ப முடிவு செய்து அறிவித்தனர்.

ஆப்ரேஷன் மேகதூத்' -13.04.1984

1984 ஆம் ஆண்டில் இந்திய இராணுவம், ஆபரேஷன் மேகதூத் நடவடிக்கையின் மூலம், சியாச்சின் பனி மலையின் எழுபது சதுர கிலோ மீட்டர் பரப்பளவு பகுதியை தக்க வைத்து கொண்டதன் மூலம் சியாச்சின் பிணக்கு மேலும் முற்றியது. இந்தியா சியாச்சின் பகுதியில் 1000 சதுர கிலோமீட்டர் பகுதியை இந்த ஆப்ரேஷன் மேகதூத் மூலம் கைப்பற்றியதாக தெரிவிக்கிறது.

லோங்கேவாலா போர் (Battle of Longewala)-04/டிசம்பர்/1971:-

1971 இந்தியா-பாகிஸ்தான் போரின் போது நடந்த லோங்கேவாலா போர் மேற்குப் பெருங்களத்தில் நடந்த பெரிய போர்களில் ஒன்றாகும். இந்தியாவின் ராஜஸ்தான் மாநிலத்தின் தார் பாலைவனப் பகுதியில் உள்ள இந்திய எல்லையான லோங்கேவாலாவில் பாகிஸ்தான் படைகள் இந்தியா மீது தாக்குதல் தொடுத்தன. நமது 120 இந்திய வீரர்கள் பாகிஸ்தானின் சுமார் 3,000 வீரர்களை இரவு முழுவதும் முன்னேற விடாமல் தடுத்த வரலாற்றுச் சிறப்பு மிக்க போர் இது! இதில் இந்தியா வெற்றி பெற்றது.

ஆப்ரேஷன் டிரைடென்ட்'-4-5/டிசம்பர்/1971 :-

ஆபரேஷன் ட்ரைடென்ட் என்பது 1971 இந்தியா-பாகிஸ்தான் இடையே நடைபெற்ற ஒரு கடற்படைப் போராகும், இதில் இந்திய கடற்படை கராச்சி துறைமுகத்தைத் தாக்கி நான்கு எதிரிக் கப்பல்களை மூழ்கடித்தது. மேலும் மற்றொன்றை சேதப்படுத்தியது. இந்த நடவடிக்கைக்காகக் கமாண்டர் பி பி யாதவுக்கு மகாவீர் சக்ரா வழங்கப்பட்டது. இந்த முக்கியமான கடற்படைப் போரின் நினைவாக ஒவ்வொரு ஆண்டும் டிசம்பர் 4 அன்று கடற்படை தினம் அனுசரிக்கப்படுகிறது.

பேட்டில் ஆஃப் தித்வால்'-23/மே/1948:-

தித்வால் போர் 1947-48 இல் இந்தியா - பாகிஸ்தான் மோதலின் போது நடந்த மிகக் கடுமையான மற்றும் நீண்ட போர்களில்

ஒன்றாகும். ஆரம்ப கட்டங்களில், பஷ்டூன் பழங்குடியின போராளிகள் எல்லையைத் தாண்டி, இந்தியப் பக்கத்தில் உள்ள முக்கியத்துவம் வாய்ந்த தித்வால் கிராமத்தை ஆக்கிரமித்தனர். இது பல சந்தர்ப்பங்களில் இரு தரப்பினராலும் சண்டையிடப்பட்டு உரிமை கோரப்பட்டது. இந்திய இராணுவத்தின் கட்டுப்பாட்டில் இருந்த தித்வாலுக்கு தெற்கே அமைந்துள்ள ரிச்மர் கலி மற்றும் தித்வாலுக்கு கிழக்கே உள்ள நாஸ்டாச்சுன் கணவாய் ஆகியவற்றைக் கைப்பற்றுவதே ஆக்கிரமிப்பாளர்களின் முதன்மையான நோக்கமாக இருந்தது. 1948 ஆம் ஆண்டு அக்டோபர் 13 ஆம் தேதி பாகிஸ்தான் இராணுவம் இந்தியப் படைகள் வைத்திருந்த பகுதிகளைக் கைப்பற்றும் நம்பிக்கையில் ஒரு பெரிய தாக்குதலைத் தொடங்கியது, ஆனால் இந்திய துருப்புக்களின் அலாதியான தைரியம் மற்றும் வீரத்தின் வெளிப்பாடு காரணமாகப் பாகிஸ்தான் தோல்வியடைந்தது. இந்திய இராணுவத்தின் மன உறுதியாலும் நம்பிக்கையாலும் தித்வால் பகுதியை நம்மால் தக்கவைக்க முடிந்தது. 6 RAJ RIFன் வீரர்கள், போரில் எதிரிகள் மீது தாக்குதல் நடத்துவதை அங்கு இருந்த படத்தில் காண முடிந்தது.

விற்பனையகம்

மேலும் அங்கு ஒரு விற்பனையகம் உள்ளது. அதில் இராணுவ வீரர்களின் தியாகங்களை நினைவுகூறும் வகையில் போர்கள் பற்றிய புத்தகங்கள், பைகள், படங்கள் உள்ளிட்டவை விற்பனைக்கு வைக்கப்பட்டுள்ளன. நாங்களும் புத்தகம், படங்கள் உள்ளிட்ட சில பொருட்களை வாங்கி வந்தோம். வெளியில் வரும் பொழுது 'இந்தியா கேட்'டைப் பார்த்தோம். மிகப்பெரிய அளவில் கிட்டத்தட்ட நான்கைந்து யானைகள் ஒரே நேரத்தில் கடக்க முடியும் அளவிற்கு நீண்டு அகலமாக இருந்தது. கலையாத பிரமிப்புடனும் குறையாத உத்வேகத்துடனும், நாட்டைக் காத்த வீரர்களின் தியாகத்தின் மீது ஒப்பற்ற மரியாதையுடனும் நாங்கள் அந்த பகுதியை கடந்து வந்தோம்.

17. தூய்மை+இறையுணர்வு+வீரம் அமிர்தசரஸ் பொற்கோயில்

– மாணவன் கு. சதீஷ்

அமிர்தசரஸ் பொற்கோயில், பஞ்சாப் (Golden Temple, Amritsar)

'எல்லைக்கு ஒரு பயணம்' இந்த பயணத்தின் மூலம் நான் பல அனுபவங்களை பெறப் போகிறேன் என்று பயணத்திற்கு முன்பே நடந்த பயணக் கலந்தாய்வு மற்றும் சந்திப்புகளில் இருந்து தெரிந்து கொண்டேன். மேலும் இந்த பயணம் எனக்கான பயணம் இல்லை என்னைப் போன்ற இளைய சமுதாயத்திற்கு நான் ஒரு முன்மாதிரியாக இருக்க வேண்டும் என்ற ஒரு முன்னெடுப்புப் பயணமாக உணர்ந்தேன். ஆகையால் நம் நாட்டின் எல்லைப் பயணத்தில் நாட்டின் எல்லைகளை மட்டுமே பார்க்க பயணப்படப் போகிறோம் என்று எனக்குள் எண்ணிக்கொண்டிருந்தேன். ஆனால் முதலில் நாங்கள் சென்ற இடம் அமிர்தசரஸ் பொற்கோவில். எல்லைப் பயணம் என்று கூறி கோவிலுக்கு வந்திருக்கோமே? கோயிலுக்கும், எல்லைப் பயணத்திற்கும் என்ன சம்பந்தம் என்று எனக்குள் ஒரு கேள்வி எழுந்தது. ஆனால் அதற்கான விடை அங்கு நடந்த என்னுடைய பயண அனுபவத்தின் மூலம் கிடைத்தது.

பாடப்புத்தகத்தில் மட்டுமே படித்திருந்த பஞ்சாப் பொற்கோயிலை நாங்கள் நேரில் பார்க்கப் போகிறோம் என்ற மகிழ்ச்சியுடன் பஞ்சாபில் உள்ள அமிர்தசரஸ் நகரத்திற்கு இரவு நேரத்தில் சென்றோம். "அமிழ்தம் உண்டால் நீண்ட நாள்களுக்கு உயிர்

பஞ்சாப் அமிர்தசஸ் பொற்கோவிலில் தமிழக மாணவர்கள்

வாழலாம் என்பார்கள் அதுபோல அமிர்தசரஸிற்கு வந்து சென்றால் அது தரும் அனுபவம் நீண்டநாள் நினைவில் நிற்கும்" என்பதை அங்கு சென்றதும் நாங்கள் அறிந்து கொண்டோம். அங்கு மாதா கங்கா ஜி நிவாஸ் என்ற விடுதியில் தங்கினோம். இரவு நேரம் முழுவதும் அங்கு தூய்மைப் பணி நடந்து கொண்டே இருந்தது. அங்குள்ள கழிவறை கூட உணவு உண்ணும் இடத்தைப் போல பராமரிக்கப்படுகிறது. காலணி அணியாமலே கூட கழிவறைக்குள் செல்லலாம் என்பது போல மிகவும் தூய்மையாக இருந்தது. இரவு உறங்கி விட்டு மறுநாள் காலையில் எழுந்து கோவிலுக்குச் செல்லத் தயாரானோம். அப்போது தான் ஒரு எதிர்பாராத சம்பவம் நடந்தது. நாங்கள் தங்கும் அறைக்கு வெளியே எனது காலணியை கழட்டி விட்டு உள்ளே சென்றேன். சிறிது நேரம் கழித்து பார்த்தால் அங்கிருந்த எனது காலணியை காணவில்லை. நான் முதலில் சற்றுப் பதட்டம் அடைந்தேன். இப்படிப்பட்ட புனித தலத்திற்குள் எனது காலணியை யாரோ திருடி விட்டார்களே என்று அங்கிருந்தவர்களைத் தவறாக எண்ணினேன். சற்று நேரத்திற்குப் பிறகு அங்கு ஒரு நபர் வந்தார். இந்த அறைக்கு வெளியில் இருந்த காலணியை, எனது காலணியாக கருதி நான் மாற்றியணிந்து சென்று விட்டேன். ஆகவே இந்த காலணி யாருடையது என்று கேட்டு ஒப்படைக்குமாறு என்னிடம் கூறினார். எனக்கு மிகவும் ஆச்சரியமாக இருந்தது. இப்படியும் நடக்குமா என்று... இதிலிருந்து நமக்கு தெரிவது என்னவென்றால் சீக்கியர்கள் பிறருக்குச் சொந்தமான பொருட்களைத் தனது தேவைக்காகப் பயன்படுத்திக் கொள்ளமாட்டார்கள். இது மட்டுமல்லாமல் தவறுதலாக செய்த செயலுக்கு நான் சிறியவன் என்று தெரிந்தும் கூட என்னிடம் அவர் மன்னிப்பு கேட்டார். இந்த உயர்ந்த பண்பையும், உண்மைத்தன்மையையும் நான் அமிர்தசரஸில் சீக்கியர்களிடம் கண்டேன். அவர்களைத் தவறாக எண்ணியதற்காக மிகவும் வருந்தினேன். இதுபோன்ற நிகழ்வுகள் நடக்கும்போது நாமாக எதையும் தீர்மானிக்கக் கூடாது, தவறு செய்து விட்டால் உடனடியாக மன்னிப்பு கேட்க வேண்டும் என்ற மிகப்பெரிய பாடத்தை இங்கிருந்து கற்றுக் கொண்டேன்.

கோயிலுக்குள் செல்லும்போது காலணி பாதுகாக்கும் இடத்தில் காலணிகளை விட்டுவிட்டுச் செல்ல வேண்டும். அங்குதான் ஒரு ஆச்சரியம்! அங்கே இருப்பவர்கள் அந்த காலணிகளைத் துடைத்து வைத்தார்கள். இந்த சேவையை எளிய சாதாரண மக்கள் அல்லர் மிகப்பெரிய பணக்காரர்கள் மற்றும் தொழிலதிபர்கள் முன் அனுமதி

பொற்கோவிலின் தூய்மையான குளம்

பெற்று செய்கிறார்கள். ஆனால் நாம் நமது காலணிகளைச் சுத்தம் செய்யவே யோசிப்போம். ஆனால் மிக நெருங்கிப் பழகிய நண்பர் போன்று நமது காலணிகளை சுத்தம் செய்து வைக்கிறார்கள். இப்படிப்பட்ட செயல்கள் எங்களை மேலும் வியப்பில் ஆழ்த்தின. கோயிலுக்குள் செல்வதற்கு முன்னர் தலையில் துணியைக் கட்ட வேண்டும். நாங்களும் அது போன்றே கட்டிக் கொண்டோம். பிறகு கோயிலுக்குள் சென்றவுடன் வலது புறத்தில் பெரிய மாளிகை அமைந்துள்ளது. அதுதான் அந்த உணவுக்கூடம். அங்கு 24 மணி நேரமும் உணவு வழங்கப்பட்டு வருகிறது. உணவு வழங்குமிடத்தை ஹிந்தியில் 'லங்கர்' என்பார்கள். இதுதான் ஆசியாவிலேயே மிகப்பெரிய சமையலறை ஆகும். இங்கு சப்பாத்தி பிரசாதமாக வழங்கப்படுகிறது. இதை இரண்டு கைகளால் வாங்க வேண்டும். அப்படி அந்த உணவை இரு கைகளால் வாங்காதவர்களை அவர்கள் பக்கத்தில் உள்ளவர்களைப் பார்த்து அதைப்போல் பெற்றுக் கொள்ளுமாறு சைகையின் மூலம் நமக்கு உணர்த்துகிறார்கள். இது மொழியைக் கடந்த ஒரு தகவல் தொடர்பாக நமக்கு அமைகிறது. உணவைக் கையில் கொடுத்தவுடன் உண்ணாமல் இறைவணக்கம் செலுத்திய பிறகு உணவை உண்ண வேண்டும். இங்கு 24 மணி நேரமும் உணவு வழங்குவது மட்டுமல்லாமல் அவர்களே அவ்வுணவைப் பரிமாறுகிறார்கள்.

இங்கு உயர்ந்தோர், தாழ்ந்தோர் என்று எவரும் கிடையாது. அனைவரும் தரையில் அமர்ந்து உண்ண வேண்டும். இவ்விடத்திலேயே அவர்களின் சமத்துவத்தைக் கண்டேன். மேலும் நாம் உணவு உண்ட தட்டுகளை அவர்கள் இரு கரங்களால் பெற்று

அத்தட்டுகளை கழுவுகிறார்கள். நான் இவர்களைப் பணியாளர்கள் என்று எண்ணினேன் ஆனால் இவர்கள் உயர்ந்த பணிகளிலும், பதவிகளிலும் இருந்து ஓய்வு பெற்றவர்கள். இச்செயலை அவர்கள் புனிதமாகக் கருதுவதோடு மட்டுமல்லாமல் சேவையாகவும் செய்து வருகிறார்கள். இதற்காக அமிர்தசரஸ் நகரின் அருகிலுள்ள பல கிராமங்களைச் சேர்ந்த பெரியவர்களும் பெண்களும் தன்னார்வலர்களாக தினசரி இங்கு வந்து அர்ப்பணிப்புடன் இச்சேவையைச் செய்கின்றனர். விருப்பமுள்ளவர்கள் யார் வேண்டுமானாலும் செய்யலாம். நாங்களும் இந்த சேவைகளை 15 நிமிடங்கள் செய்தோம். இது போன்ற நிகழ்வுகள் எங்களை மேலும் மேலும் வியப்படையச் செய்தன. நமது கோவில்களில் கூட இப்படிப்பட்ட மாற்றங்களை ஏற்படுத்தலாம் என்று எனக்குள் தோன்றியது. ஒரு நாளைக்கு இலட்சக் கணக்காணோருக்கு இந்த உணவுக் கூடத்தில் உணவு வழங்கப்படுகிறது.

"செல்விருந்து ஓம்பி வருவிருந்து பார்த்துஇருப்பான்
நல்விருந்து வானத் தவர்க்கு".   (குறள் -86)

பொருள்: வந்த விருந்தினரைப் போற்றி, இனிவரும் விருந்தினரை எதிர்பார்த்திருப்பவன் வானுலகத்தில் உள்ள தேவர்க்கும் நல்ல விருந்தினனாவான் என்ற வள்ளுவரின் திருக்குறளுக்கு ஏற்ப சீக்கிய நண்பர்களின் விருந்தோம்பல் சிறந்து விளங்குகிறது. இக்கோவிலுக்கு நான்கு வாயில்கள் உள்ளன.

நாங்கள் உணவு உண்டு முடித்துவிட்டு பிறகு கோவிலின் கிழக்கு வாயில் வழியாக உள்ளே நுழையும்போது, அங்கு கால்களைக் கழுவுவதற்காக தண்ணீர் ஓடுகிறது. அதில் கால்களைக் கழுவி விட்டு நிமிர்ந்து பார்த்தவுடன், காலை சூரிய ஒளியில் எங்களின் கண்களுக்கு விருந்தளித்தது 'ஜொலிக்கும் பொற்கோவில்'. அந்த ஜொலிக்கும் பொற்கோயிலானது மிகப்பெரிய குளத்திற்கு நடுவில் அமைந்திருந்தது. அந்தக் கோவிலின் பிம்பமானது தண்ணீரிலும் தெரிந்தது. இக்குளம் மிகவும் தூய்மையாகவும், பெரியதாகவும் இருந்தது. இக்குளத்தில் வண்ண வண்ண மீன்கள் துள்ளி குதித்துக் கொண்டிருந்தன. இது சீக்கியர்களின் புனிதத் தலங்களில் ஒன்று. இந்தப் புனிதத் தலத்தின் உண்மையான பெயர் 'ஸ்ரீ ஹர்மந்திர் சாஹிப்' ஆகும். சீக்கிய மதத்தைத் தோற்றுவித்தவர் 'குரு நானக்' ஆவார். இக்கோவிலில் வழிபாட்டிற்கு அனைவரும் வரிசையாகத் தான் நிற்க வேண்டும். சிறப்பு தரிசனம் என்று எதுவும் கிடையாது.

இதுவே அனைவரும் சமம் என்பதை உணர்த்தும் மிகப்பெரிய உண்மையாக எனக்கு தோன்றியது. சீக்கியர்களின் புனித நூலான 'குரு கிரந்த் சாஹிப்' என்ற நூலையே கடவுளாக வழிபடுகிறார்கள். இங்கு உருவ வழிபாடு என்று எதுவும் கிடையாது. கோவிலில் உள்ள பளிங்குக் கற்களில் மிகவும் அழகான வண்ணக்கற்களையும் பொருத்தி இருப்பார்கள். இவை பார்ப்பதற்கு மிகவும் அழகாக இருந்தன. அங்குள்ள அனைத்து சீக்கிய நண்பர்களும் ஆண் பெண் இருபாலரும் கத்திகளை வைத்திருந்தார்கள். இத்தகைய உயர்ந்த நோக்கங்களைக் கொண்ட சீக்கியர்கள் ஏன் கத்திகளை வைத்திருக்கிறார்கள் என்று எனக்குள் ஒரு கேள்வி? அதற்கான விடை எனக்கு இரண்டு நாட்களுக்குப் பிறகு கிடைத்தது. அவர்கள் வைத்திருக்கும் கத்தியினை 'கிர்பான்' என்று அழைப்பார்கள். கிர்பான் வைத்திருப்பது எதற்கென்றால் தற்காப்புக்காகவும், பிறருக்கு வரும் ஆபத்துகளில் இருந்து அவர்களைக் காப்பாற்றுவதற்காகவும் இந்தக் கிர்பான் பயன்படுகிறது. இது அவர்களின் மதச் சார்பான கொள்கைகளில் ஒன்று. ஆனால் சீக்கியர்கள் மிகவும் அன்புடையவர்களாகவும், இரக்க குணம் படைத்தவராகவும் உள்ளனர். இதிலிருந்து தெரிந்தது என்னவென்றால் சீக்கியர்கள் மிகவும் வலிமையானவர்களாகவும், போர்த்திறம் கொண்டவர்களாகவும் உள்ளனர்.

இக்கோவிலில் உள்ள ஒரு கட்டடம் துப்பாக்கிக் குண்டுகள் துளைக்கப்பட்டுப் புதுப்பிக்கப்படாமல் இருந்தது. ஏன் என்று கேட்டதற்கு திரு சுகுமாறன் ஐயா அவர்கள், இங்குதான் 1984 ஆண்டு 'ஆபரேஷன் ப்ளூ ஸ்டார்' நடைபெற்றது என தெரிவித்தார்கள். 1984 ஆண்டு வாக்கில் பஞ்சாபில் தீவிரவாதம் உச்ச கட்டத்தில் இருந்த போது போராட்டக்காரர்களான சீக்கியர்கள் அரசுக்கு எதிராக ஆயுதமேந்திப் போராடினர். அப்போது தீர்விரவாதிகள் இந்த கோவிலில் பதுங்கியிருந்தனர். அவர்களைக் கட்டுப்படுத்த இந்திய அரசு ஆபரேஷன் ப்ளூ ஸ்டார் என்ற இராணுவ நடவடிக்கையை மேற்கொண்டது. இதை அறிந்த இந்திய ராணுவம் கோவிலுக்குள் நுழைந்து துப்பாக்கிச் சூடு நடத்தியது. அதில் இக்கோவிலின் பல கட்டிடங்கள் சேதம் அடைந்தன. துப்பாக்கிக் குண்டுகளால் துளைக்கப்பட்ட நினைவாக ஒரு கட்டடம் புதுப்பிக்கப்படாமல் பக்தர்களின் பார்வைக்கு உள்ளது.

சீக்கியர்களைப் பொறுத்தவரையில் அவர்கள் கையேந்தவோ, சரணடையவோ மாட்டார்கள். நான் அமிர்தசரஸ் நகரத்தை வலம்

வந்ததில் காசுக்காக கையேந்துபவர்களை ஒரு நபரைக் கூட காணவில்லை. உயர்ந்தோர், தாழ்ந்தோர் இன்றி, சாதி, மத பேதமின்றி, சமத்துவமாக வாழ சீக்கிய மதம் ஒரு எடுத்துக்காட்டு ஆகும். தமிழ்நாட்டில் தான் பண்டைய முறைப்படி விருந்தோம்பல் சிறப்பாக இருக்கும் என்று எண்ணிக் கொண்டிருந்தேன். ஆனால் பஞ்சாபில் உள்ள அமிர்தசரஸில் சீக்கியர்களின் விருந்தோம்பல் தமிழர்களுக்கு நிகராக என்னை வியந்து பார்க்க வைத்தது. இது மட்டுமல்லாமல் சீக்கிய ஆசிரியர் ஒருவர் பிற மாநிலத்தவரான எங்களைத் தன் மாநிலத்திற்கு வரும் விருந்தாளியாகக் கருதினார்.

விருந்தினரைப் போற்றும் பண்பும், வேற்றுமையிலும் ஒற்றுமை பஞ்சாப் மாநிலத்தில் வாழும் மக்களிடையே பரவி இருந்தது. இது என்னை மேலும் வியப்படையச் செய்தது. இப்பயணத்தின் மூலம் நான் அறிந்து கொண்டது என்னவென்றால் அமிர்தசரஸில் சீக்கிய சகோதர சகோதரிகளின் ஒற்றுமையையும், அவர்களின் சமத்துவத்தையும், விருந்தோம்பலையும் கண்டு வியந்தேன். குறிப்பாக இக்கோவிலில் 'தீண்டாமை ஒழிப்பு' போன்றவை ஏட்டு எழுத்துகளாக மட்டுமல்லாமல் அந்த இடமெங்கும் பரவிக் கிடக்கின்றன. இந்தியாவில் அனைத்து இடங்களிலும் இப்படிப்பட்ட மாற்றங்கள் ஏற்பட்டுவிட்டால் எந்தவித பிரச்சனைகளும், சச்சரவுகளும் ஏற்படாது. இறுதியாக 'மாற்றமே மனிதர்களை அற்புதமாக்கும்'. ஜெய்ஹிந்த்!

18. அதிசயிக்கும் அடைக்கலம் அனைவருக்கும்

– மாணவன் செ.தனஞ்செயன்

நாங்கள் 01.11.2022 செவ்வாய்க்கிழமை காலையில் புதுடெல்லி சென்றோம். பின் அங்கிருந்து மதியம் புறப்பட்டு அமிர்தசரஸ் இரயில் நிலையம் சென்றோம். அன்று இரயில் நிலையத்திலிருந்து ஆட்டோ மூலம் நாங்கள் அனைவரும் பொற்கோவில் அருகிலுள்ள 'மாதா கங்காஜி நிவாஸ்' என்ற விடுதிக்கு சென்றோம். இரவு தங்குவதற்காக மாதா கங்காஜி விடுதியில் இரண்டு அறைகள் பதிவு செய்தோம். எங்களுக்கு அறை எண் 10 மற்றும் 11 கிடைத்தன.

நாங்கள் தங்கிய அறைகளுக்கு அருகில்தான் கழிப்பறைகள் இருந்தன. ஆனால் அந்தக் கழிப்பறைகளிலிருந்து எங்கள் அறைக்குள் எந்த துர்நாற்றமும் வீசவில்லை. ஏனென்றால் அந்த கழிப்பறைகளை 24 மணி நேரமும் சுத்தம் செய்து கொண்டே இருக்கிறார்கள். நாங்கள் தங்கிய அறைகளில் இரண்டு கட்டில்கள், தலையணைகள் மற்றும் போர்வைகள் இருந்தன. மேலும் கூடுதலாக இரண்டு மெத்தைகளைத் தந்தார்கள். அது எதற்கு என்றால் இடம் காணாதவர்கள் கீழே போட்டு படுப்பதற்காகத் தந்தார்கள். நாங்கள் ரொம்ப நேரம் இரயிலில் பயணம் செய்ததால் எழுதி முடித்துக் கட்டிலில் படுத்தவுடன் அந்த இரயிலின் ஒலிப்பான் சத்தம் எங்கள் காதுக்குள்ளேயே கேட்டுக் கொண்டிருந்தது. நாங்கள் படுத்து உறங்கும் போது இரயில் எப்படி குலுங்கியோதோ அதே மாதிரி எங்கள் உடல் குலுங்கியது போல் ஒரு மனநிலை இருந்தது.

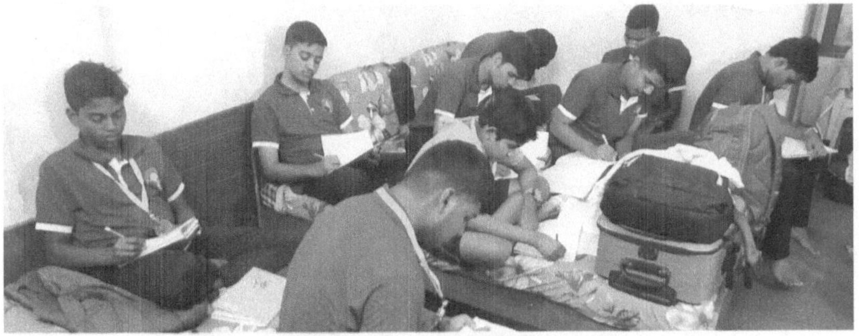

அமிர்தசரஸ் பக்தர்கள் விடுதியில் அன்றைய எல்லை பயண
அனுபவங்களை எழுதும் மாணவர்கள்

அமிர்தசரஸ் பொற்கோயிலுக்கு வரும் பக்தர்கள் தங்குவதற்காக அங்கு மொத்தம் 12 விடுதிகள் உள்ளன. அவை,

1.Guru Arjan Dev Niwas

2.New Akal Rest House

3.Guru Ram Das Niwas

4.Guru Nanak Niwas

5.Guru Hargobind Niwas

6.Mata Ganga Ji Niwas

7.Guru Gobind Singh NRI Yatri Niwas

8.Baba Deep Singh Niwas

9.Mata Bhag Kaur Niwas

10.Saragarhi Memorial Niwas

11.Bhai Gurdas Hall

12.Ramsar Niwas

அங்கு தங்கும் அறைகளைப் பதிவு செய்ய இரண்டு வழிகள் உள்ளன. ஒன்று இணைய வழியில் (online) பதிவு செய்வது. இது 15நாட்கள் முன்னதாக பதிவு செய்ய வேண்டும். மற்றொன்று நேரடியாகச் சென்று பதிவு செய்வது. இது அப்போது அறைகள் காலி இருந்தால் மட்டும் கிடைக்கும். இணைய வழியில் தங்கும் அறைகள் முன்பதிவு செய்ய அமிர்தசரஸ் பொற்கோயிலின்

பொற்கோவிலில் 24 மணி நேரமும் சேவை செய்யும் பொதுமக்கள்

இணையதளத்தில் சென்று முன்பதிவு செய்து கொள்ளலாம். இதற்கு குறைந்த பட்ச கட்டணம் உண்டு.

அங்கு நாங்கள் தங்கியிருந்த அறைக்கு அருகிலேயே (நிவாஸ்) ஒரு தண்ணீர் கொடுக்கும் இடம் இருந்தது. அங்கு யார் வேண்டுமானாலும் எப்போது வேண்டுமானாலும் தண்ணீரை வாங்கி குடிக்கலாம். அங்கு தண்ணீரை டம்ளரில் வைத்திருக்க மாட்டார்கள்; ஒரு கிண்ணத்தில் தான் வைத்திருப்பார்கள். அங்கு கிண்ணங்களில் தண்ணீரை நிரப்பி ஒரு திண்ணை போன்ற சுவற்றின் மீது வைத்து கொடுப்பார்கள். மேலும் எங்கள் அறைக்கு அருகிலேயே பொற்கோவில் உள்ளது. அன்றைய பயண அனுபவங்களை இந்த அறையில்தான் நாங்கள் எழுதினோம்.

எல்லைக்கு ஒரு பயணம் - BORDER TOUR

வ.எண்.	பங்களிப்பு வழங்கியவர்கள்	விவரம்
1	திரு. எஸ்.கிருஷ்ணசாமி அவர்கள், எல்லை பாதுகாப்புப்படை அதிகாரி (பணி நிறைவு).	ரூ.10000
2	திரு ம.த.சுகுமாரன் அவர்கள், பயண ஒருங்கிணைப்பாளர்	ரூ.10000
3	இரா. குப்புசாமி அவர்கள், விஞ்ஞானி	ரூ.5000
4	திரு வேலு ஏகநாதன் அவர்கள், சென்னை	ரூ.30000
5	நகராட்சி மேல்நிலைப் பள்ளி, ஜமீன் பல்லாவரம்	ரூ.20000
6	திருமதி கீதா, உதவி த/ஆசிரியை அவர்கள், நகராட்சி மேல்நிலைப் பள்ளி, ஜமீன் பல்லாவரம்	ரூ.10000
7	திருமதி சாந்தி அவர்கள், தலைமை ஆசிரியை(ஓய்வு), சென்னை	ரூ.10000
8	மாமல்லன் நகர் லேடீஸ் அசோசியேஷன், காஞ்சிபுரம்	ரூ.5000
9	திரு சூதனபாலன் அவர்கள், சென்னை (பெற்றோர்)	ரூ.10000
10	திரு ராஜ் மார்த்தாண்டன் அவர்கள், சிவகாசி	ரூ.10000
11	திரு செல்வராஜ் அவர்கள், விருதுநகர்	ரூ.10000
12	திருமதி வெண்ணிலா மாறன் ஆசிரியை, ஒருங்கிணைப்பாளர், எலைட் பள்ளி, சைதாப்பேட்டை.	ரூ.2000
13	திருமதி காஞ்சனா ஆசிரியை அவர்கள், சென்னை	ரூ.5000
14	திருமதி ஹேமலதா ஆசிரியை அவர்கள், சென்னை	ரூ.5000
15	திருமதி தீபலட்சுமி ஆசிரியை அவர்கள், சென்னை	ரூ.5000
16	திரு பாலச்சந்தர் அவர்கள், பள்ளித்துணை ஆய்வாளர், மத்திய சென்னை கல்வி மாவட்டம்	ரூ.10000
17	திருமதி சரோஜா சகாதேவன் அவர்கள், எழுத்தாளர், சென்னை	ரூ.5000
18	அரசு உயர்நிலைப் பள்ளி, கதிர்வேடு, திருவள்ளூர் மாவட்டம்.	ரூ.2000
19	திரு. சுப.முத்துவேல் அவர்கள், உதவி பொது மேலாளர், செட்டிநாடு குழுமம், புது தில்லிஅலுவலகம்.	புது தில்லியில் நான்கு வேளை உணவு ஏற்பாடு
20	திருமதி D.டெல்பி, முதல்வர் அன்னை வேளாங்கண்ணி பள்ளி, சைதாப்பேட்டை, சென்னை.	06.11.2022 அன்றைய நிகழ்ச்சி சிறப்பாக நடைபெற முழு ஒத்துழைப்பு.

19. முகம்மலர வரவேற்ற வஜித்பூர் குருத்துவாரா

மாணவன் ர.மாரீஸ்வரன்

நாங்கள் அமிர்தசரஸ் பொற்கோவில், வாகா எல்லை உள்ளிட்ட இடங்களைப் பார்த்துவிட்டு இரவு உணவுக்குப் பிறகு அமிர்தசரஸ் இரயில் நிலையம் வந்தடைந்தோம். அங்கு எங்களுக்கு நள்ளிரவு இரண்டு முப்பது மணிக்கு வண்டி. இரயில் நிலைய காத்திருப்பு அறையில் நாங்கள் அனைவரும் அன்றைய நிகழ்வுகளை எங்களது நோட்டுப் புத்தகங்களில் பதிவு செய்ய ஆரம்பித்தோம். சுமார் 2.15 மணி வரை இது நடைபெற்றது. அதன் பிறகு ரயிலேறி புறப்பட்டு 04.11.2022 அன்று காலை 7:00 மணிக்கு பிரோஸ்பூர் ரயில் நிலையம் வந்தடைந்தோம். அங்கு எங்களுக்காக ஒரு வாகனம் (மினி பஸ்) தயாராக காத்திருந்தது. நாங்கள் அனைவரும் எங்கள் பைகளையும் பொருட்களையும் எடுத்துக்கொண்டு அந்தப் பேருந்தினுள் ஏறி அமர்ந்தோம். அந்தப் பேருந்து மிகவும் அழகாகவும் சுத்தமாகவும் இருந்தது. எங்கள் வாகனம் பிரோஜபூர் நகரின் வெளியே செல்லும்போது பெரிய ராணுவ முகாம்களை வண்டியின் சன்னல் வழியே பார்த்தபடியே சென்றோம்.

நாங்கள் சென்ற வாகனம் புறப்பட்டு சுமார் 10 கிலோமீட்டர் தொலைவில் உள்ள வஜித்பூர் என்ற கிராமத்தில் உள்ள சீக்கியர்களின் புனித தலமான குருத்துவாராவை சென்றடைந்தோம். நாங்கள் சென்று இறங்கிய போது அந்த காலை வேளையில் மிகப் பிரம்மாண்டமான அந்தக் குருத்துவாரா

பிரோஜ்பூர் இரயில்நிலையம், பஞ்சாப்

அமைந்திருந்த கிராமப் பகுதி பசுமையாகவும் அமைதியாகவும் இருந்தது. அங்குள்ள குளியலறைகளில் நாங்கள் குளித்துத் தயாரானோம். அப்போது அங்கு பல சீக்கிய இளைஞர்களும் அந்த இடத்தில் காலைக் கடன்களை முடித்து விரைந்து தயாராகிக் கொண்டிருப்பதை கவனித்தோம். விசாரித்தபோது அன்று பிரோஜ்பூரில் அக்னிபாதை திட்டத்தில் ராணுவத்திற்கு ஆள் சேர்ப்பு முகாம் நடைபெற்று வருவதாகவும் அதற்காக பல கிராமங்களில் இருந்து வந்துள்ள இளைஞர்கள் இங்கே தயாராகி விட்டு பிறகு அந்த முகாமுக்கு செல்ல விரைந்து கொண்டு இருப்பதை அறிந்து கொண்டோம்.

அதன் பிறகுநாங்கள் அனைவரும் குருத்துவாராவில் இறை வழிபாடு செய்தோம். தரிசனம் செய்து விட்டு வெளியே வரும் பொழுது கோதுமை மற்றும் நெய்யினால் செய்யப்பட்ட பிரசாதத்தை அனைவருக்கும் தந்தார்கள். அந்த பிரசாதம் சிறிது இனிப்புடன் அருமையாக இருந்தது. அங்கு வரும் அனைவரும் மிகவும் அமைதியாக இருந்தனர். பிறகு அங்குள்ள உணவு வழங்கும் இடத்தில் காலை உணவை உண்டோம். இங்கு பந்தியில் தண்ணீர் தருவதற்கு ஒரு சிறப்பு இயந்திரத்தை பயன்படுத்துகின்றர். நாங்கள் உணவு அருந்திய இடம் பார்ப்பதற்கு மிகவும் அருமையாக இருந்தது மற்றொரு செய்தி என்னவென்றால் உணவு அளிக்கும் இடத்தில் சாதி மத பேதம் இல்லாமல் அனைவருக்கும் உணவு

பிரோஜ்பூர் அருகிலுள்ள வஜித்பூர் குருதுவாரா

எல்லை பாதுகாப்புப் படை முகாம், பிரோஜ்பூர்

தந்தார்கள் நாங்கள் உணவு உண்டு முடித்த பின் அந்த இடத்தை தண்ணீர்கொண்டு தூய்மை செய்தார்கள்.

அமிர்தசரஸ் பொற்கோவில் அன்னதான கூடம் போன்று இது பெரிய அளவில் இல்லை என்றாலும் இந்த மாவட்டத்தின் மிகப்பெரிய குருத்துவாரா இதுதான் என்று கேள்விப்பட்டோம். இங்கும் 24 மணி நேரமும் அனைவருக்கும் உணவு வழங்கப்படுகிறது என்பது ஆச்சரியமாக இருந்தது. மேலும் வெளியில் இருந்து வருபவர்கள் யாராக இருந்தாலும் எந்த மதத்தைச் சேர்ந்தவர்களாக இருந்தாலும் இங்கு குளித்துக் கொள்ளலாம் சாப்பிட்டுக் கொள்ளலாம் அப்படி ஒரு விருந்தோம்பலுடனும் கனிவுடனும் கவனிக்கும் சீக்கியர்கள்! இது போல நம்ம ஊரில் எல்லா வழிபாட்டுத் தலங்களிலும் இருந்தால் எப்படி இருக்கும் என்ற ஒரு கற்பனை எங்கள் மனதில் தோன்றியது. இத்தகைய பெருமை வாய்ந்த இடம் தான் வஜித்பூர் குருத்துவாரா.

20. தேசத்தந்தையின் நினைவிடம் புது தில்லி

- மாணவன் மு. நரேன்

'எல்லைக்கு ஒரு பயணம்' இது எங்கள் வாழ்வின் எதிர்காலத்திற்கான எல்லை தாண்டிய பயணமாக அமைந்தது. ஆம்! இது எங்கள் எதிர்கால வாழ்க்கையைச் சிறப்பாகவும், நேர்த்தியாகவும் அமைத்துக் கொள்வதற்கான பல அனுபவங்களை இந்த பயணம் வழங்கியது. எங்கள் பயணத்தின் இறுதி நாளான 04/11/2022 அன்று இந்தியாவின் தலைநகரான டெல்லியில் திரு. முத்துவேல் ஐயா அவர்கள் வழங்கிய மதிய உணவைச் சாப்பிடத் தயாரானோம். அந்த இடம்தான் நமது தேசத்தந்தை காந்தியடிகளின் நினைவிடத்திற்கு அருகில் உள்ள வாகன நிறுத்தும் இடம். இவ்விடம் "ராஜ்காட்" என்று அழைக்கப்படுகிறது. ராஜ்காட் யமுனை ஆற்றங்கரையில் பழைய தில்லியில் அமைந்த வரலாற்றுச் சிறப்புமிக்க இடமாகும். இங்குதான் நமது தேசத்தந்தை மகாத்மா காந்தி நினைவிடம் அமைந்துள்ளது.

அந்த இடத்தில் அழகான மரங்களுக்கு நடுவே அணில்களும் காகங்களும் விளையாடிக் கொண்டிருந்தன. அந்த அழகிய சோலையில் நாங்கள் மதிய உணவு உண்டோம். எங்கள் உணவை

மகாத்மா காந்தி நினைவிடம், புதுடெல்லி

அந்தக் காகங்களும், அணில்களும் பரிமாறிக் கொண்டன. இந்த நிகழ்வு எங்களுக்கு மிகுந்த ஆனந்தத்தைக் கொடுத்தது. அந்த உணவினை உண்டு முடித்து நாங்கள் காந்தியடிகளின் நினைவிடத்தை நோக்கி நடக்கத் தொடங்கினோம். அப்போது எங்களுடன் டெல்லியைச் சுற்றியுள்ள பள்ளிகளில் இருந்தும் கல்லூரிகளில் இருந்தும் பல மாணவர்கள் வந்து கொண்டிருந்தனர். அனைவரும் தங்களின் காலணிகளை வெளியே விட்டுவிட்டு வெறும் காலுடன் நடந்து உள்ளே சென்றனர். அதே போன்று நாங்களும் எங்களுடைய காலணிகளை அழகாக அடுக்கி வைத்து உள்ளே சென்றோம். அங்கு அழகான பூங்காவிற்கு நடுவே அண்ணல் காந்தியடிகளின் நினைவிடம் அமைந்திருந்தது. இங்கு அமைதியான வீணை வாசிப்புடன் கூடிய ஓசை எழுப்பப்பட்டிருந்தது. அந்த ஓசை எங்கள் மனதிற்கு ஒரு வித அமைதியைத் தந்தது. அங்கு இரண்டு நிமிடம் மௌன அஞ்சலி செலுத்தினோம். அப்போது என்னுடைய உள்ளத்தில் இது போன்ற அமைதியான முறையில்தானே இந்தியாவிற்கு சுதந்திரம் பெற்றுத்தர அண்ணல் காந்தியடிகள் அவர்கள் அரும்பாடுபட்டார். இந்த மௌன அஞ்சலியானது அவர் இன்றும் நம்முடனே வாழ்ந்து கொண்டே இருக்கிறார் என்ற உணர்வை ஏற்படுத்தியது. அங்கு அணையாத ஜோதி ஒன்று எரிந்து கொண்டிருந்தது. அது காந்தியடிகளின் எண்ணங்களையும் அவரின் தியாகங்களையும் தொடர்ந்து என்றும் நீங்காமல் நம் இந்திய மக்களின் நினைவில் சுடர் விட்டுக் கொண்டிருக்கும் என்பதை எனக்கு உணர்த்தியது. அவரின் சமாதி முன்பு 'ஹே ராம்' என இந்தியில் எழுதப்பட்டிருந்தது. இது அவர் தன் இன்னுயிரை இழப்பதற்கு முன்பாக உச்சரித்த கடைசி வார்த்தை ஆகும். அங்கே அவரது குரலாகவே ஒலிப்பதுபோல தோன்றியது. பிறகு அவரின் நினைவிடத்திற்கு அருகில் அவரைப் போன்றே ராட்டையில் நூல் நூறுக் கொண்டிருந்தனர். இது நம் இந்திய தேசத்தின் பண்பாட்டையும், பழமையையும் உணர்த்துகிறது.

அடுத்ததாக தேசிய காந்தி அருங்காட்சியகம் சென்றோம் அங்கு வாசலில் காந்தி அவர்களே வந்து அழைப்பதுபோல் இருந்தது ஒரு அழகான சிலை இருகரம் கூப்பிய அச்சிலையை வணங்கி உள்ளே நுழைந்தோம். அரங்கின் உள்ளே சென்றதும் காந்தியின் நினைவைப் போற்றும் காணொலி கண்டோம். மேலும் தூய்மை இந்தியா திட்டம் பற்றி நம் பாரதப் பிரதமர் அவர்கள் ஆற்றிய உரையை காணொலியாகக் கண்டோம். நம் நாட்டின் விடுதலைக்காகப்

பெரும்பாடுபட்ட மகாத்மா காந்தி அவர்களின் போராட்டங்கள் குறித்த காணொளி கண்டோம். மேலும் கழிவறை பயன்பாடு குறித்த காணொலியில் படிப்படியாகக் கழிவறை உபயோகிப்பவர்களின் எண்ணிக்கை நம் நாட்டில் அதிகரித்துள்ளதைக் கண்டதும் என் மனதிற்குள் சொல்ல முடியாத ஆனந்தம். இந்தியாவில் பெரும்பான்மை சதவீதம் மக்கள் கழிவறை உபயோகிப்பது நம் நாட்டின் சுகாதார மேம்பாட்டின் முக்கியக் குறியீடாகும். இவற்றைக் காணொலி வாயிலாகக் கண்டு பெருமிதம் அடைந்தோம். இந்த அருங்காட்சியகத்தில் காந்தி தொடர்பான காட்சிப் பொருட்கள் பலவும் வைக்கப்பட்டுள்ளன. எங்கள் பயண ஒருங்கிணைப்பாளர்கள் இங்கிருந்து கதர்ச் சட்டைகள் வாங்கினர். இத்தகைய வரலாற்றுச் சுவடுகளைச் சுமந்த இடங்களைக் கண்டது விடுதலை நாட்களுக்குள் மீண்டும் பயணித்த அனுபவத்தை அளித்தது. நாங்கள் கண்ட இடங்களின் சிறப்புகளை மனதில் பசுமையாய் அசைபோட்டுக்கொண்டே இரயில் நிலையம் நோக்கி எங்கள் பயணத்தைத் தொடர்ந்தோம். மேலும் இதுபோன்ற தேசத் தலைவர்களின் நினைவிடங்களை நேரில் சென்று பார்க்கும் பொழுது நம் நாட்டிற்கு நாங்கள் ஆற்ற வேண்டிய கடமைகள் பல உள்ளன என்பதனை அறிந்து கொள்ள இந்த பயணம் எனக்கு கிடைத்த ஒரு அரிய வாய்ப்பாக, இல்லை இல்லை இப்பிறவியில் எனக்கு கிடைத்த மிகப்பெரிய வரமாகவே நான் கருதுகிறேன். ஜெய்ஹிந்த்!.

06.11.2022 அன்று சென்னை திரும்பிய எல்லைப் பயணம்!

– மாணவன் மு.நிதிஷ்

எல்லைப் பயணத்தை முடித்து அனைவரும் 06.11.2022 அன்று காலை ஏழு மணிக்கு நாங்கள் புறப்பட்ட அதே சென்னை சென்ட்ரல் இரயில் நிலையத்திற்கு வந்து சேர்ந்தோம். எங்களை வரவேற்க எங்கள் ஆசிரியர்களும் பெற்றோர்களும் அங்கு வந்து காத்திருந்தது எங்களை மனம் நெகிழச் செய்தது. திரு மோகனசுந்தரம் அவர்கள், திருமதி தீபலட்சுமி ஆசிரியை அவர்கள் மற்றும் எங்கள் பெற்றோர்கள் எங்களுக்கு தேநீர் உபசரித்து வரவேற்றனர்! அப்படியொரு வரலாற்றில் தடம் பதித்த மகத்தான பயணமாக இந்த எல்லைப் பயணம் அமைந்திருந்தது!

அங்கிருந்து நாங்கள் அடுத்த நிகழ்வான காலை 10 மணிக்கு ஏற்பாடு செய்யப்பட்டிருந்த எங்களின் எல்லைப் பயண அனுபவப் பகிர்வு நிகழ்ச்சிக்கு செல்ல புறப்பட்டோம்.

தியாகம் போற்றுவோம்! ஜெய்ஹிந்த்!!

06.11.2022 அன்று சென்னை சென்ரல் இரயில்நிலையம் வந்தடைந்த எல்லைப் பயணக் குழு

06.11.2022 அன்று எல்லைப் பயண மாணவர்களின் அனுபவப் பகிர்வு மற்றும் மாணவர்கள் எழுதிய 'எல்லைக்கு ஒரு பயணம்' பயணக் கட்டுரை நூல் வெளியீடு நிகழ்ச்சி
இடம்: அன்னை வேளாங்கன்னி மெட்ரிக் பள்ளி, சைதாப்பேட்டை, சென்னை

ஆசிரியர்களை உருவாக்கிய ஆசான்!

மதிப்பிற்குரிய க.ஷண்முகம் அவர்கள்

ஆசிரியர்/இணையவழிப் பயிற்றுனர்

30.10.2022 அன்று சென்னையில் இரயிலேறிய பதின்மூன்று மாணவர்கள் 06.11.2022 அன்று அதே சென்னையில் அதே இரயிலில் வந்திறங்கியபோது வெறும் மாணவர்களாக அல்லாமல் 'புத்தக ஆசிரியர்களாக' வந்திறங்கினார்கள். நாங்கள் பயணம் செய்த இரயில் வண்டியின் இரண்டாம் வகுப்புப் படுக்கைப் பெட்டியை மாணவர்கள் விரும்பும் முதல் தர வகுப்பறையாக மாற்றியவர். சாலையில் செல்லும் ஒரு வாகனத்திற்கு எரிபொருள் நிலையத்தில் எரிபொருள் நிரப்புவதற்கும் விண்ணில் பறக்கும் ஒரு போர் விமானத்திற்கு வானத்திலேயே எரிபொருள் நிரப்புவதற்கும் உள்ள வித்தியாசம், சாகசமே இம்மாணவர்களைப் புத்தகம் எழுத வைத்தது.

சாகசம் நிறைந்த இப்பயணத்தின் ஒவ்வொவொரு நொடியும் இம்மாணவர்களுடன் பயணித்துப் புத்தகம் எழுத பயிற்சி தந்து, தினசரி பயண அனுபவங்களை எழுத்தாக்கம் செய்ய வைத்தவர். சரளமான மொழிநடையில் சாதாரணமாக எழுத நம்பிக்கையூட்டியவர். ஒரு வாரகால பயணத்தில் இரயில் பெட்டியில், இரயில் நிலைய நடைமேடைகளில், எல்லைப் பகுதியில், போர் நினைவிடத்தில், வழிபாட்டுத் தலத்தில் என பல்வேறு இடங்களில் இரவு பகலாக பல்வேறு சவால்களுக்கு நடுவில் மாணவர்களை வழிநடத்தியும் நெறிப்படுத்தியும் இப்பதின்மூன்று மாணவர்களையும் 'புத்தக ஆசிரியர்களாக' உருவாக்கிய ஆசான் மதிப்பிற்குரிய க.ஷண்முகம் அவர்கள்! ஆசிரியர்களை உருவாக்கிய ஆசான்!

ஜெய்ஹிந்த்!

— வே. கிள்ளி வளவன்

தியாகம் போற்றுவோம்

நாட்டைக் காக்கும் வீரர்களின் தியாகங்களை உணர்த்தும் இயக்கம்

நமது இந்திய திருநாட்டைக் காக்க போரில் தங்களது இன்னுயிரை ஈந்த இராணுவ வீரர்களின் தியாகத்தையும், நாட்டின் எல்லையில் நின்று நாட்டைப் பாதுகாத்து வரும் (BSF) எல்லைப் பாதுகாப்புப் படையினரின் தியாகத்தையும், மாணவர்களிடம் கொண்டு சேர்த்து ஒவ்வொரு மாணவரையும் மிகச்சிறந்த மனிதராக உருவாக்க வேண்டும் என்ற நோக்குடன் கடந்த 2017ஆம் ஆண்டு முதல் செயல்பட்டு வரும் ஒரு முயற்சியே 'தியாகம் போற்றுவோம்'.

செயல்பாடுகள்

1. மாணவர்களுடன் நேரடி சந்திப்பு:

பள்ளி மற்றும் கல்லூரிகளுக்கு நேரில் சென்று மாணவர்களிடம் நமது பாதுகாப்புப் படை வீரர்களின் பணிகள், போரின் போது அவர்களின் தியாகங்கள் பற்றி எடுத்துரைத்து அவர்களின் மனதில் நல்ல எண்ணங்களையும் அர்ப்பணிப்பு உணர்வையும் வேரூன்றச் செய்தல். இதுவரை, தமிழகத்தில் 400 க்கும் மேற்பட்ட பள்ளி மற்றும் கல்லூரிகளுக்கு நேரில் சென்று சுமார் மூன்று இலட்சத்திற்கும் மேற்பட்ட மாணவர்களுக்கு இவ்விழிப்புணர்வானது ஏற்படுத்தப்பட்டுள்ளது.

2. எல்லைக்கு வாழ்த்துக் கடிதங்களை அனுப்புதல்:

வருடம் முழுவதும் நம் நாட்டின் எல்லையில் நின்று பாதுகாப்புப் பணியில் ஈடுபட்டிருக்கும் அவ்வீரர்களின் உயர்ந்த தியாகத்தினைப் போற்றும் வகையில் அவர்களுக்கு நமது தேசிய திருவிழாக்களான சுதந்திர தினம், குடியரசு தினம் போன்ற தினங்களிலும் பண்டிகை நாள்களிலும் வாழ்த்துக் கடிதங்கள் அனுப்புதல் என்ற பண்பாட்டையும் விழிப்புணர்வையும் மாணவர்களிடம் ஏற்படுத்துவது. நாட்டின் எல்லையில் உள்ள வீரர்களுக்கு கடிதம் அனுப்பும் முறையை முகவரியோடு தமிழகத்தில் முதன்முறையாக அறிமுகம் செய்து மாணவர்கள், பொது மக்கள் என அனைவரையும் வாழ்த்துக் கடிதங்கள் எழுதி எல்லைக்கு அனுப்பும் பழக்கத்தை உருவாக்கி வருகிறோம்.

கடந்த ஐந்து ஆண்டுகளில், தமிழகத்தின் பள்ளிகள், கல்லூரிகள் மற்றும் பொதுமக்களிடமிருந்து சுமார் மூன்று இலட்சத்திற்கும

மேற்பட்ட வாழ்த்துக் கடிதங்கள் நாட்டின் எல்லைக்கு அனுப்பப்பட்டுள்ளன.

3. தியாகம் போற்றுவோம் கண்காட்சி:

இக்கண்காட்சிகள் மூலமாக நம் நாட்டில் இதுவரை நடைபெற்ற போர்கள், அதில் நாட்டைக் காக்க வீரமரணம் தழுவிய நமது பாதுகாப்புப் படை வீரர்கள் திருவுருவத்துடன் தகவல்கள், போர் நினைவிடங்கள், இராணுவ கிராமங்கள், வேலை வாய்ப்புகள் பற்றிய தகவல்கள் உள்ளிட்டவை பார்ப்பவர்களுக்கு எளிதில் புரியும் வகையில் காட்சிப்படுத்தி மாணவர்களையும் மக்களையும் மனித நேயம் மிக்கவர்களாக மாற்றுவதே இந்த தியாகம் போற்றுவோம் கண்காட்சி. இதுவரை இக்கண்காட்சி சென்னை, காஞ்சிபுரம், ஸ்ரீபெரும்புதூர், வாலாஜாபாத் உள்ளிட்ட 8 இடங்களில் நடத்தப்பட்டுள்ளது. இதை 250-க்கும் மேற்பட்ட பள்ளி, கல்லூரிகளின் சுமார் 22,000-க்கும் மேற்பட்ட மாணவர்களும் பொது மக்களும் பார்வையிட்டுள்ளனர்.

4. நினைவேந்தல் நிழ்ச்சிகள் மற்றும் போட்டிகள்:

ஜூலை   - 26 – கார்கில் போர் நினைவு தினம்

டிசம்பர் – 1 – எல்லை பாதுக்காப்புப் படை தொடக்க நாள்

பிப்ரவரி – 14 – புல்வாமா நினைவு தினம்

உள்ளிட்ட தினங்களில் மாணவர்களுக்கு அதன் முக்கியத்துவத்தை உணர்த்தும் வகையில் நினைவேந்தல் நிகழ்ச்சிகள் நடத்தப்படுவதோடு பேச்சு, ஓவியம் உள்ளிட்ட போட்டிகள் நடத்தப்பட்டு வருகின்றன. இது போன்ற நிகழ்ச்சிகள் ஒவ்வொரு பள்ளிகளிலும் நடத்த வலியுறுத்தி குறிப்பாக 'கார்கில் போர் நினைவு தினத்தை முன்னிட்டு ஒவ்வொரு ஆண்டும் ஜூலை மாதம் தமிழகம் முழுவதும் தொடர் பயணம் செய்து நிகழ்வுகள் ஒருங்கிணைக்கப்படுகின்றன. இந்த ஆண்டு பள்ளிக் கல்வித்துறையை அணுகி ஆறு மாவட்டக் கல்வி அலுவலகங்களின் மூலம் பள்ளிகளில் இந்நிகழ்வுகள் நடந்துள்ளன என்பது குறிப்பிடத்தக்கது.

5. படைத்தலைமைகொள்:

இராணுவம், கடற்படை, விமானப்படை உள்ளிட்ட பாதுகாப்புப் படைகளில் சேர விரும்பும் மாணவர்களுக்கு அவர்கள் சாதாரணமாக சேர்ந்து விடாமல் உயர் அலுவலர் பணியேற்க வைப்பது. அதாவது

அதிகாரிகளாக சேருவதற்கான வழிகாட்டல் விழிப்புணர்வு நிகழ்ச்சிதான் இந்த 'படைத்தலைமைகொள்'. இதுவரை, இரண்டு மாவட்டங்களில் நடத்தப்பட்டுள்ளது.

6. வீரர்களின் தியாகங்களை உணர்த்தும் புத்தக விநியோகம்

கடந்த ஆண்டு 'நாட்டைக் காக்கும் நல்லுயிர்கள்' என்ற புத்தகம் பத்தாயிரம் பிரதிகள் அச்சிடப்பட்டு மாணவர்களுக்கு இலவசமாக வழங்கப்பட்டுள்ளது. இந்தியா-பாகிஸ்தான் போர் முதல் கல்வான் பள்ளத்தாக்கு மோதல் வரை, மேஜர் சரவணன் முதல் ஹவில்தார் பழனி வரை நாட்டைக் காக்க தங்களது இன்னுயிரை அர்ப்பணித்த பாடப்புத்தகங்களில் சொல்லாத வீரர்களின் தியாகங்களைப் பற்றியதே 'நாட்டைக் காக்கும் நல்லுயிர்கள்' புத்தகம்.

7. BORDER TOUR - எல்லைக்கு ஒரு பயணம்:

வரலாற்றுச் சிறப்புமிக்க போர் நினைவிடங்கள் மற்றும் அட்டாரி-வாகா, உசைனிவாலா, லோங்கேவாலா உள்ளிட்ட எல்லைப் பகுதிகளில் எண்ணிலடங்கா சேவையாற்றும் எல்லை பாதுகாப்புப் படை வீரர்களை நேரில் சென்று காணச்செய்தல். அது தமிழக மாணவர்களின் கல்வியிலும் வாழ்விலும் நேர்மறையான தாக்கத்தை ஏற்படுத்திச் சிறந்த மனிதர்களாக உருவாக்கும் என்பதே இப்பயணத்தின் நோக்கம்.

தியாகம் போற்றுவோம் அமைப்பின் செயல்பாடுகளில் முக்கியமான ஒன்று 'எல்லைக்கு ஒரு பயணம்' ஆகும். இது நாட்டின் ஒற்றுமைக்கும் ஒருமைப்பாட்டிற்கும் உறுதுணையாக விளங்கும் மாணவர்களை உருவாக்கும் பயணம் என்றே சொல்லலாம். வரலாற்றுச் சிறப்புமிக்க இப்பயணத்தில் இடம் பெற்று, தங்களது எல்லைப் பயண அனுபவங்களை சற்றும் குறையாமல் அதே உணர்வோடு மற்றவர்களின் மனக்கண் முன் கொண்டு வந்து நிறுத்தியிருக்கும் இம்மாணவர்கள் அனைவருக்கும் எனது பாராட்டுகள்! மேலும் தங்களது எழுத்தாற்றலை வளர்த்துக்கொள்ளும் வகையில் தன்னம்பிக்கையோடு 'புத்தகம் படைத்திருக்கும்' இம்மாணவர்கள் அனைவருக்கும் எனது மனம் நிறை வாழ்த்துகள். ஜெய்ஹிந்த்!

தங்களது கருத்துகளை பகிர...
தொடர்புக்கு: 9443692117, 7009138643
மின்னஞ்சல்: *bharatjaijawan@gmail.com*

அன்புடன்,
திரு எஸ். முரளி
தியாகம் போற்றுவோம், காஞ்சிபுரம்